BÁT SÁCH DẠY NẤU ĂN VỚI SÚP, NƯỚC DÙNG VÀ BÁNH MÌ

100 Công thức nấu ăn thịnh soạn để sưởi ấm trái tim và mái ấm của bạn

LAN HẰNG

MỤC LỤC

GIỚI THIỆU

Bước vào vòng tay ấm áp của "Bát sách dạy nấu ăn với súp, nước dùng và bánh mì", trong đó mỗi trang là cánh cổng dẫn đến thánh đường ẩm thực — nơi mà sức mạnh biến đổi của một chiếc bát thoải mái chiếm vị trí trung tâm. Tại thiên đường ẩm thực này, chúng tôi gửi lời mời chân thành, kêu gọi bạn không chỉ đơn thuần nghiên cứu các công thức nấu ăn mà còn đắm mình trong nghệ thuật chế biến những món súp có hồn, nước dùng đậm đà và những chiếc bánh mì thịnh soạn vượt qua lĩnh vực thực phẩm để sưởi ấm không chỉ cơ thể mà còn cả cơ thể bạn. bản chất của ngôi nhà của bạn.

Hãy tưởng tượng bản giao hưởng trong nhà bếp của bạn - nhịp nhàng sủi bọt của nồi sôi, mùi thơm của bát hấp và mùi thơm không thể cưỡng lại của bánh mì mới nướng lan tỏa trong không khí. "Bát sách dạy nấu ăn với súp, nước dùng và bánh mì" vượt qua ranh giới thông thường của một cuốn sách dạy nấu ăn; đó là một cuộc phiêu lưu—một cuộc hành trình vào trung tâm của sự thoải mái, tâm hồn của sự nuôi dưỡng và niềm vui bắt nguồn từ những thú vui đơn giản nhưng sâu sắc của căn bếp.

Khi bạn lật trang, hãy hình dung một tấm thảm trải ra—một tấm thảm dệt với hương vị, kết cấu và những khoảnh khắc cảm động vượt xa việc chỉ chuyển giao công thức nấu ăn. Ở đây, hành động nấu ăn trở thành một lễ kỷ niệm gia đình, một câu chuyện ẩm thực thổi sức sống vào các món ăn và từ đó trở thành cơ sở cho cuộc sống hàng ngày của bạn.

Cuốn sách nấu ăn này là lời ca ngợi sự ấm áp tỏa ra từ một chiếc nồi đang sôi, sự hài lòng có được từ một khối bột được nhào kỹ và niềm vui vốn có khi được chia sẻ một bữa ăn thoải mái. Khi chúng ta bắt đầu cuộc hành trình qua 100 công thức nấu ăn thịnh soạn, được chế biến tỉ mỉ bằng sự quan tâm và dày dặn bằng tình yêu thương, hãy chuẩn bị tham gia vào một chuyến thám hiểm giác quan—một trải nghiệm biến đổi biến hành động nấu nướng thông thường thành một lễ kỷ niệm điều phi thường.

Vì vậy, quý độc giả thân mến, hãy cùng chúng tôi tham gia vào cuộc phiêu lưu ẩm thực này, nơi những chiếc bát biến thành những chiếc bình đựng những câu chuyện và mỗi thìa trở thành một chương trong câu chuyện đang diễn ra về sự thoải mái và kết nối. Chúc căn bếp của bạn vang lên bản giao hưởng hài hòa của nồi sôi, vòng tay an ủi của bát hấp và sự ấm áp lâu dài của những khoảnh khắc sẻ chia.

Đây là cuộc hành trình, sự kết nối và niềm vui được tìm thấy trong sự đơn giản ấm áp của một bát đầy. Chào mừng bạn đến với "Bát sách dạy nấu ăn với súp, nước dùng và bánh mì" —nơi mỗi công thức nấu ăn là một câu chuyện và mỗi bữa ăn là một kỷ niệm gia đình.

Súp , Súp và bánh quy

Súp , Súp và bánh quy

1.Chowder cá bổ dưỡng

THÀNH PHẦN:
- 1 pound phi lê cá rô phi
- 1 pound khoai tây vàng
- 12 ounce cà rốt
- 1 bó nhỏ rau mùi tươi
- ½ chén hành trắng, xắt nhỏ
- 8 cốc nước luộc xương gà (4 thùng)
- Dầu ô liu, muối và hạt tiêu
- 2 muỗng cà phê Gia vị Old Bay
- Nêm chanh để phục vụ

HƯỚNG DẪN:

a)   Làm nóng lò ở nhiệt độ 350°F. Làm tan cá và lau khô bằng khăn giấy. Quét cá bằng dầu ô liu. Rắc một chút muối và hạt tiêu lên mỗi miếng phi lê.

b)   Xếp phi lê cá đã chuẩn bị vào đĩa nướng mà không chồng lên nhau. Nướng trong 14 phút.

c)   Trong khi nướng cá, cho nước luộc xương gà vào nồi lớn và đun sôi nhanh.

d)   Gọt vỏ và cắt nhỏ cà rốt và khoai tây. Đặt chúng vào nước luộc xương đang sôi, sau đó giảm nhiệt xuống mức trung bình cao. Đậy nắp nấu trong 15 phút hoặc cho đến khi rau mềm.

e)   Cho rau và lượng nước dùng vừa đủ vào máy xay, thêm ngò và hành tây vào, xay trong 10 giây hoặc cho đến khi mịn. Bây giờ bạn đã làm được phần nền chowder lành mạnh.

f)   Đổ phần đế súp vào cùng một cái chảo.

g)   Dùng nĩa để bẻ cá đã nấu chín thành từng miếng nhỏ và chuyển từng miếng cá vào đế súp.

h)   Thêm gia vị Old Bay và khuấy đều. Đun nhỏ lửa thêm 5 phút ở lửa vừa.

i)   Ăn kèm với một ít nước cốt chanh và bánh mì nướng.

2.New England Clam Chowder

THÀNH PHẦN:

- 6–7 lát thịt xông khói, cắt thành từng miếng nhỏ
- 3 thìa bột mì
- 1 pound khoai tây đỏ hoặc vàng
- 1 cốc kem đặc
- 1 củ hành trắng vừa, thái hạt lựu
- 1 cốc sữa, chia
- 1 (10-oz) lon nghêu nguyên con
- 1 chén nước luộc xương gà, chia đều
- 2 cọng cần tây, thái nhỏ
- 3 muỗng canh bơ không muối
- 1 thìa cà phê cỏ thì là
- Muối và hạt tiêu cho vừa ăn

HƯỚNG DẪN:

a) Trong chảo vừa, nấu thịt xông khói trên lửa vừa cho đến khi giòn. Thỉnh thoảng khuấy (khoảng 10 phút).

b) Trong khi nấu thịt xông khói, hãy làm nước dùng cần tây kem. Trong chảo vừa, làm tan chảy bơ trên lửa vừa. Thêm ¼ chén hành tây xắt nhỏ vào xào cho đến khi có mùi thơm (3-5 phút).

c) Thêm cần tây vào chảo; khuấy và nấu trong 2-3 phút.

d) Rắc bột mì và xào với hành tây và cần tây trong một hoặc hai phút.

e) Đánh đều ½ cốc sữa nguyên chất và ½ cốc nước luộc gà. Đun sôi và nấu trong 5-8 phút cho đến khi nó đặc lại.

f) Trong khi nước luộc cần tây đang sôi thì thịt xông khói đã sẵn sàng. Cho phần hành tây còn lại vào nồi và nấu cho đến khi trong suốt.

g) Thêm nước ép từ nghêu và ½ cốc nước luộc gà, tiếp theo là khoai tây. Đậy nắp và nấu trên lửa vừa cho đến khi khoai tây mềm (khoảng 15-20 phút). Thỉnh thoảng khuấy.

h) Trong khi nấu khoai tây, hãy kiểm tra và hoàn thành phần nước dùng cần tây.

i) Sau khi khoai tây đã chín, thêm nghêu, nước dùng cần tây, ½ cốc sữa, kem đặc và cỏ thì là. Khuấy đều mọi thứ với nhau và nấu món canh ở lửa vừa và nhỏ trong 5 phút nữa. Nêm muối và hạt tiêu cho vừa ăn. Phục vụ.

THÀNH PHẦN:

- 1 muỗng canh dầu dừa
- ½ củ hành vừa, xắt nhỏ
- 2 tép tỏi, băm nhỏ
- 2 thìa cà phê gừng, nạo
- 1 thìa cà phê sả, giã nhuyễn
- 2 (14 ounce) lon cà chua thái hạt lựu
- 1 (14 ounce) lon nước sốt cà chua
- 2 ½ chén nước luộc xương gà
- 1 (14 ounce) lon nước cốt dừa nguyên béo không đường
- 1 muỗng cà phê gia vị garam masala
- ½ thìa cà phê bột nghệ
- ¼ muỗng cà phê hạt nhục đậu khấu
- Muối biển và hạt tiêu đen mới xay cho vừa ăn

HƯỚNG DẪN:

a) Đun nóng dầu dừa trong nồi lớn trên lửa vừa cao. Cho hành, tỏi, gừng và sả vào dầu đun chảy. Xào trong 1 đến 2 phút hoặc cho đến khi hành tây trở nên mềm và trong suốt.

b) Thêm cà chua thái hạt lựu, sốt cà chua và nước dùng. Khi hỗn hợp sôi, giảm nhiệt xuống mức thấp. Thêm các nguyên liệu còn lại vào, khuấy đều, đậy nắp và đun nhỏ lửa trong 15 phút.

c) Chuyển nội dung vào máy xay thực phẩm và trộn cho đến khi có một hỗn hợp mịn đẹp. Ăn nóng.

THÀNH PHẦN:

- 2 muỗng canh dầu ô liu
- 2 chén nước luộc xương bò (1 thùng)
- 2 thìa bơ
- 1 (6-oz) lon bột cà chua
- ¼ chén bột mì đa dụng
- 1 (14,5-oz) cà chua thái hạt lựu
- 1 củ hành vừa, thái lát
- 1 lá nguyệt quế
- 1 pound thịt bò hầm
- 1 thìa cà phê muối
- 2 cọng cần tây, xắt nhỏ
- 2 muỗng canh đường nâu
- 1 cốc cà rốt, xắt nhỏ
- ½ thìa cà phê tiêu đen xay
- 1 củ khoai tây màu nâu đỏ lớn, thái hạt lựu
- 3 chén bắp cải xanh, thái lát mỏng
- 4 tép tỏi, băm nhỏ
- Húng quế tươi cắt nhỏ để trang trí

HƯỚNG DẪN:

a)   Làm roux bằng cách đun chảy bơ với dầu ô liu trên lửa vừa trong chảo. Khi bơ tan chảy hoàn toàn, giảm nhiệt độ xuống thấp, thêm bột mì; khuấy liên tục cho đến khi hỗn hợp được trộn đều và mịn.

b)   Thêm hành tây vào roux; tăng nhiệt lên lửa vừa cao. Khuấy đều cho đến khi hành tây ngấm đều và có mùi thơm; chuyển hỗn hợp vào nồi nấu chậm.

c)   Đặt tất cả các nguyên liệu khác ngoại trừ bắp cải vào nồi nấu chậm. Khuấy đều, đậy nắp và nấu ở mức thấp trong 8 giờ.

d)   Thêm bắp cải, chuyển nồi nấu chậm sang cài đặt cao. Nấu thêm 30 phút hoặc cho đến khi bắp cải mềm.

e)   Nếm thử và thêm muối hoặc đường nếu muốn. Món ăn, trang trí với húng quế và dùng với bánh mì yêu thích của bạn.

THÀNH PHẦN:

- 0,75 ounce bơ
- 12,50 ounce Hành tây, trắng, xắt nhỏ
- 18,75 ounce Khoai tây, màu nâu đỏ, gọt vỏ, thái hạt lựu
- 1 cái. Đế súp kem, túi 25,22 ounce , đã chuẩn bị sẵn
- 1,25 pound. Phô mai Mỹ đã chế biến, cắt khối
- 2 lbs. Cá ngừ ngâm dầu
- Khi cần muối Kosher
- Khi cần thiết
- Khi cần Cà chua, xắt nhỏ

HƯỚNG DẪN

a) Trong một nồi lớn, để lửa vừa, làm tan bơ và xào hành. Xào khoai tây trong 5 phút. Thêm Cream Soup Base và phô mai vào nồi. Giảm lửa nhỏ và đun nhỏ lửa cho đến khi khoai tây mềm và phô mai tan chảy. Thêm cá ngừ và nấu thêm 10 phút. Hương vị và điều chỉnh gia vị.

b) Trang trí với cà chua.

6.Súp khoai tây vàng

THÀNH PHẦN:

- 3 chén khoai tây gọt vỏ và cắt khối
- ½ chén cần tây xắt nhỏ
- ½ chén hành tây xắt nhỏ
- 1 viên nước luộc gà
- 1 ly nước
- 1 muỗng cà phê mùi tây khô
- ½ muỗng cà phê muối
- 1 nhúm tiêu đen xay
- 2 thìa cà phê bột mì đa dụng
- 1 ½ cốc sữa
- 1 ½ chén phô mai Mỹ cắt nhỏ
- 1 chén giăm bông xắt nhỏ

HƯỚNG DẪN

a) Cho rau mùi tây, nước, nước luộc gà, hành tây, cần tây và khoai tây vào nồi kho lớn. Nêm hạt tiêu và muối, sau đó đun nhỏ lửa cho đến khi rau mềm.

b) Trộn sữa và bột mì vào một tô khác. Sau khi trộn đều, thêm nó vào hỗn hợp súp, nấu cho đến khi súp đặc lại.

c) Khuấy thịt giăm bông hoặc hamburger đã nấu chín và phô mai, đun nhỏ lửa cho đến khi phô mai tan chảy.

THÀNH PHẦN:

- 1 ½ chén hành tây vàng – thái lát mỏng
- 1 chén cần tây – thái lát mỏng
- 16 ounce nước luộc rau
- 3 chén rau chân vịt non
- 4 chén rau mùi tây thái hạt lựu , gọt vỏ và thái hạt lựu
- 1 muỗng canh dầu dừa
- ½ cốc nước cốt dừa

HƯỚNG DẪN :

a) H cho dầu vào chảo lớn trên lửa vừa rồi xào hành và cần tây .

b) Thêm rau mùi tây và nước dùng và đun sôi.

c) Giảm nhiệt xuống thấp và đậy nắp trong 20 phút .

d) Thêm rau bina vào, khuấy đều để kết hợp, tắt bếp và xay nhuyễn súp theo từng mẻ nhỏ trong máy xay cho đến khi mịn.

e) Thêm nước cốt dừa vào và dùng ngay.

THÀNH PHẦN:

- 3-½ cốc sữa
- 1 gói (16 ounce) rau trộn California đông lạnh
- ½ cốc phô mai Mỹ đã qua chế biến (Velveeta)
- 1 phong bì phở gà trộn

HƯỚNG DẪN

a) Trong một cái chảo lớn, đun nóng sữa cho sôi. Trộn rau vào và đun sôi.

b) Giảm nhiệt; đậy nắp và đun nhỏ lửa trong 6 phút.

c) Trộn phô mai và hỗn hợp súp. Đun nóng lại cho sôi. Giảm nhiệt.

d) Đun nhỏ lửa mà không đậy nắp trong 5-7 phút hoặc cho đến khi phô mai tan chảy và mì mềm, thỉnh thoảng khuấy đều.

THÀNH PHẦN:

- 1 lb Thịt bò nạc xay
- 1 quả trứng
- ¼ cốc hỗn hợp làm bánh mì & vỏ bánh LC
- 1 muỗng cà phê muối
- 1 thìa cà phê lá oregano
- 1 muỗng canh. Rau mùi tây xắt nhỏ
- ½ muỗng cà phê bột tỏi
- ½ muỗng cà phê tiêu đen xay
- Đối với cổ phiếu
- 2 chén nước luộc bò
- ½ quả ớt chuông xanh vừa thái hạt lựu
- ½ quả ớt chuông đỏ vừa thái hạt lựu
- 1 cọng cần tây, thái hạt lựu
- ½ chén hành đỏ, thái hạt lựu
- 5 cây nấm lớn, thái hạt lựu
- Sốt phô mai:
- 4 muỗng canh. Nước
- 4 muỗng canh. Kem béo
- 4 muỗng canh. Bơ
- 8 lát phô mai Mỹ

HƯỚNG DẪN

a) Cho thịt bò, trứng, hỗn hợp bánh mì, muối, lá oregano, mùi tây, tỏi và tiêu vào tô rồi trộn đều. Tạo thành những quả bóng 2 inch và đặt sang một bên.

b) Cho nước dùng thịt bò, ớt xanh và đỏ, cần tây, hành tây và nấm vào nồi ăn liền rồi khuấy đều.

c) Đặt thịt viên vào nước dùng.

d) Đậy và khóa nắp, đồng thời đặt thời gian nấu theo cách thủ công là 10 phút.

e) Khi còn 3 phút trên bộ hẹn giờ, hãy kết hợp một chiếc bát an toàn với lò vi sóng với nước, kem, bơ và phô mai Mỹ.

f) Cho sốt phô mai vào lò vi sóng trong 2-3 phút cho đến khi hòa quyện, khuấy đều sau mỗi 30 giây.

g) Nhanh chóng giải phóng áp lực và khuấy đều nước sốt phô mai.

h) Phục vụ ấm áp.

THÀNH PHẦN:

- 3 củ khoai tây vừa, gọt vỏ và cắt thành miếng ¼ inch
- ½ chén hành tây xắt nhỏ
- 1 ly nước
- ¾ thìa cà phê muối hành hoặc bột hành
- ½ thìa cà phê tiêu
- ⅛ muỗng cà phê muối
- 2 giọt sốt nóng kiểu Louisiana
- ½ chén giăm bông nấu chín hoàn toàn (miếng ¼ inch)
- 1 chén cải Brussels tươi hoặc đông lạnh, cắt thành 4 phần
- 1-½ cốc sữa
- ¾ cốc phô mai Colby-Monterey Jack cắt nhỏ, chia đôi

HƯỚNG DẪN

a)   Đun sôi nước với khoai tây và hành tây trong nồi lớn. Giảm nhiệt, sau đó đậy nắp lại. Để nó nấu cho đến khi nó mềm trong 10 đến 12 phút. Với nước, nghiền khoai tây và thêm hạt tiêu, muối hành, nước sốt nóng và muối. Để nó nghỉ ngơi.

b)   Xào cải Brussels với giăm bông trong chảo chống dính lớn đã phết xịt nấu ăn trong 5-6 phút cho đến khi mầm mềm. Trộn hỗn hợp khoai tây vào, sau đó đổ sữa vào. Đun sôi rồi giảm lửa. Để nó không đậy nắp trong khi đun sôi cho đến khi nóng hoàn toàn. Khuấy đều trong khi nấu từ 5 đến 6 phút.

c)   Nhẹ nhàng thêm nửa cốc phô mai vào và để nó tan chảy trong 2 đến 3 phút. Phủ phô mai còn sót lại lên trên.

THÀNH PHẦN:

- 1 muỗng canh dầu hạt cải
- 1 pound đùi gà tây
- 1 củ cà rốt, gọt vỏ và cắt nhỏ
- 1 tỏi tây, xắt nhỏ
- 1 củ mùi tây, xắt nhỏ
- 2 tép tỏi, băm nhỏ
- 1 ½ lít nước dùng gà tây
- Quả hồi 2 sao
- Muối biển, vừa ăn
- ¼ thìa cà phê tiêu đen xay, hoặc nhiều hơn tùy khẩu vị
- 1 lá nguyệt quế
- 1 bó húng quế Thái tươi
- ¼ muỗng cà phê thì là khô
- ½ muỗng cà phê bột nghệ
- 2 chén củ cải Thụy Sĩ, xé thành từng miếng

HƯỚNG DẪN

a)   Nhấn nút "Xào" và đun nóng dầu hạt cải. Bây giờ, nướng đùi gà tây nâu từ 2 đến 3 phút cho mỗi bên; dự trữ.

b)   Thêm một chút nước dùng gà tây để loại bỏ những phần màu nâu ở dưới đáy.

c)   Sau đó, thêm cà rốt, tỏi tây, rau mùi tây và tỏi vào Instant Pot. Xào cho đến khi chúng mềm.

d)   Thêm nước luộc gà tây còn lại, vỏ hoa hồi, muối, tiêu đen, lá nguyệt quế, húng quế Thái, thì là và bột nghệ.

e)   Đậy chặt nắp. Chọn cài đặt "Súp" và nấu trong 30 phút. Sau khi nấu xong, hãy sử dụng chức năng xả áp suất tự nhiên; cẩn thận tháo nắp.

f)   Khuấy củ cải Thụy Sĩ khi còn nóng để lá héo. Thưởng thức!

THÀNH PHẦN:

- 10 ounce bơ
- 30 ounce Hành tây, trắng, thái hạt lựu
- 30 ounce ớt chuông, xanh, thái hạt lựu
- 1 cái. Đế súp kem, túi 25,22 ounce , đã chuẩn bị sẵn
- 5,25 ounce mù tạt Dijon
- 5 lít thịt bò cơ bản, đã chuẩn bị
- 5 lbs. Thịt bò luộc chín, thái nhỏ
- 2,50 pound. Dưa cải rửa sạch, để ráo nước
- 2,50 pound. Phô mai Thụy Sĩ, cắt nhỏ
- Khi cần Bánh mì nướng, bánh mì lúa mạch đen
- Phô mai Thụy Sĩ cắt nhỏ khi cần thiết

HƯỚNG DẪN

a)   Trong một nồi lớn, để lửa vừa, làm tan chảy bơ rồi xào hành và ớt cho đến khi mềm. Thêm Cream Soup Base, mù tạt và đế thịt bò vào, dùng máy đánh trứng trộn đều cho đến khi mịn.

b)   Thêm thịt bò bắp và dưa cải bắp vào, khuấy đều và đun nhỏ lửa trong khoảng 10 phút. Khuấy phô mai Thụy Sĩ và đun nóng cho đến khi tan chảy. Hương vị và điều chỉnh gia vị.

c)   Trang trí với bánh mì lúa mạch đen và thêm pho mát Thụy Sĩ.

THÀNH PHẦN:

- 6 chén nước luộc gà
- 8 cọng cần tây
- 2 chén hành tây thái hạt lựu
- ¾ thìa cà phê muối tỏi
- ¼ thìa cà phê Tiêu trắng
- Phô mai Velveeta 2 pound
- 1 chén ớt jalapeno thái hạt lựu
- Kem chua
- Bánh bột mì

HƯỚNG DẪN

a) Cắt nhỏ cọng cần tây, hành tây và ớt jalapenos. Cắt Velveeta thành khối.

b) Trong một cái chảo lớn, đặt nước luộc gà, cần tây, hành tây, muối tỏi và tiêu trắng. Nấu trên lửa cao trong 10 phút hoặc cho đến khi hỗn hợp giảm và hơi đặc lại.

c) Cho nước dùng và phô mai vào máy xay sinh tố hoặc máy chế biến thực phẩm. Xay nhuyễn chúng với nhau cho đến khi hỗn hợp mịn. Cho hỗn hợp đã xay nhuyễn vào nồi và đun nhỏ lửa trong 5 phút. Thêm ớt thái hạt lựu và trộn đều.

d) Ăn kèm với một ít kem chua và bánh bột mì ấm.

THÀNH PHẦN:

- 2 củ hành tây, thái lát
- 2 củ cà rốt, thái lát mỏng
- 1 muỗng canh rau mùi tươi cắt nhỏ
- 2 thìa cà phê gừng tươi xay
- 2 tép tỏi, băm nhỏ
- ½ thìa cà phê hạt tiêu xay
- 2 muỗng canh dầu ô liu
- Lon nước luộc gà 14 ounce
- lon bí ngô 15 ounce
- 1½ cốc sữa giảm béo
- Gói 8 ounce tôm nấu chín đông lạnh, bóc vỏ và bỏ chỉ, rã đông
- Tôm tươi nguyên vỏ, bóc vỏ, bỏ chỉ và nấu chín
- Hẹ tươi cắt nhỏ

HƯỚNG DẪN

a) Nấu hành tây, cà rốt, ngò, gừng, tỏi và hạt tiêu trong dầu đun nóng trong chảo trên lửa vừa trong 14 phút hoặc cho đến khi rau mềm.

b) Chuyển hỗn hợp vào tô của máy xay thực phẩm.

c) Thêm ½ chén nước luộc gà.

d) Xử lý cho đến khi gần như mịn.

e) Kết hợp bí ngô, sữa và nước dùng còn lại trong cùng một nồi.

f) Thêm 8 ounce tôm và hỗn hợp rau kết hợp vào rồi nấu chín.

g) Đổ súp vào các món ăn.

h) Trang trí với hẹ xắt nhỏ.

THÀNH PHẦN:

- 1 pound tôm, bóc vỏ và bỏ chỉ
- 1 muỗng canh dầu ô liu
- 1 củ hành tây, thái nhỏ
- 3 tép tỏi, băm nhỏ
- 1 thìa cà phê thì là xay
- 1 thìa cà phê lá oregano khô
- 2 thìa canh bột amarillo (hoặc thay thế bằng tương ớt vàng)
- 2 chén nước luộc cá hoặc rau
- 1 cốc sữa đặc
- 1 chén hạt ngô đông lạnh
- 1 chén khoai tây thái hạt lựu
- 1 cốc cà rốt thái hạt lựu
- 1 cốc bí xanh thái hạt lựu
- ½ chén đậu Hà Lan
- ½ chén ớt chuông đỏ thái hạt lựu
- ½ chén ớt chuông xanh thái hạt lựu
- ¼ chén ngò tươi xắt nhỏ
- Muối và hạt tiêu cho vừa ăn
- 2 quả trứng, đánh bông
- Phô mai tươi, vụn, để trang trí
- Rau mùi tươi, cắt nhỏ để trang trí

HƯỚNG DẪN:

a)   Trong một nồi lớn, đun nóng dầu ô liu trên lửa vừa.

b)   Thêm hành tây xắt nhỏ và tỏi băm. Xào cho đến khi hành tây trở nên trong suốt và tỏi có mùi thơm.

c)   Thêm thì là xay, lá oregano khô và ají dán amarillo vào nồi. Khuấy đều để kết hợp và nấu thêm một phút để giải phóng hương vị.

d)   Thêm nước dùng cá hoặc rau và đun sôi. Giảm nhiệt xuống thấp và đun nhỏ lửa trong khoảng 10 phút để cho các hương vị hòa quyện với nhau.

e)   Thêm sữa cô đặc, hạt ngô đông lạnh, khoai tây thái hạt lựu, cà rốt, bí xanh, đậu Hà Lan, ớt chuông đỏ, ớt chuông xanh và ngò cắt nhỏ vào nồi. Khuấy đều và nêm muối và hạt tiêu cho vừa ăn.

f)   Đun sôi hỗn hợp trong khoảng 15 phút hoặc cho đến khi rau mềm.

g)   Trong khi đó, trên một chảo riêng, xào tôm với một ít dầu ô liu cho đến khi tôm chuyển sang màu hồng và chín. Để qua một bên.

h)   Khi rau đã mềm, từ từ đổ trứng đã đánh vào nồi đồng thời khuấy liên tục. Điều này sẽ tạo ra những dải trứng nấu chín trong suốt món súp.

i)   Cho tôm đã luộc vào nồi và khuấy nhẹ tay cho hòa quyện. Để súp sôi thêm 5 phút nữa để hương vị hòa quyện.

THÀNH PHẦN:

● 1 pound phi lê cá trắng (chẳng hạn như cá hồng, cá tuyết hoặc cá rô phi), cắt thành miếng vừa ăn
● 1 củ hành tây, thái nhỏ
● 3 tép tỏi, băm nhỏ
● 2 muỗng canh dầu thực vật
● 2 thìa ají bột amarillo (tương ớt vàng Peru) hoặc thay thế bằng ớt chuông vàng xay nhuyễn
● 2 chén nước luộc cá hoặc hải sản
● 2 cốc nước
● 2 củ khoai tây vừa, gọt vỏ và thái hạt lựu
● 1 chén hạt ngô đông lạnh
● 1 cốc sữa bay hơi
● 1 chén đậu Hà Lan tươi hoặc đông lạnh
● 1 chén phô mai vụn (chẳng hạn như mozzarella hoặc cheddar)
● 2 muỗng canh rau mùi tươi xắt nhỏ
● Muối và hạt tiêu cho vừa ăn
● Nêm chanh để phục vụ

HƯỚNG DẪN:

a) Trong một nồi lớn, đun nóng dầu thực vật trên lửa vừa.

b) Thêm hành tây xắt nhỏ và tỏi băm vào xào cho đến khi hành tây trong suốt và tỏi có mùi thơm.

c) Khuấy ají bột amarillo hoặc ớt chuông vàng xay nhuyễn và nấu trong một phút để hòa quyện hương vị.

d) Cho nước luộc cá hoặc hải sản và nước vào nồi rồi đun sôi.

e) Cho khoai tây thái hạt lựu vào nồi, giảm lửa xuống mức vừa phải và đun nhỏ lửa trong khoảng 10 phút hoặc cho đến khi khoai tây chín một phần.

f) Khuấy phi lê cá và hạt ngô đông lạnh. Đun nhỏ lửa thêm 5-7 phút nữa cho đến khi cá chín và ngô mềm.

g) Đổ sữa cô đặc vào và thêm đậu Hà Lan. Khuấy đều để kết hợp.

h) Nêm Chupe de Pescado /Fish Chowder với muối và hạt tiêu cho vừa ăn. Điều chỉnh gia vị khi cần thiết.

i) Rắc phô mai cắt nhỏ lên trên súp. Đậy nắp nồi và đun nhỏ lửa thêm 5 phút hoặc cho đến khi phô mai tan chảy và các hương vị hòa quyện vào nhau.

j) Nhấc nồi ra khỏi bếp và rắc ngò xắt nhỏ lên trên súp.

THÀNH PHẦN:

- 2 muỗng canh dầu thực vật
- 1 củ hành tây, thái nhỏ
- 2 tép tỏi, băm nhỏ
- 2 thìa cà phê thì là xay
- 1 thìa cà phê lá oregano khô
- 4 chén nước luộc rau hoặc gà
- 2 củ khoai lang lớn, gọt vỏ và thái hạt lựu
- 1 chén hạt ngô (tươi hoặc đông lạnh)
- 1 cốc sữa đặc
- 1 cốc phô mai queso fresco hoặc feta, vụn
- Muối và hạt tiêu cho vừa ăn
- Rau mùi tươi, cắt nhỏ (để trang trí)

HƯỚNG DẪN:

a)   Đun nóng dầu thực vật trong nồi lớn trên lửa vừa.

b)   Thêm hành tây xắt nhỏ và tỏi băm vào xào cho đến khi hành tây mềm và trong suốt.

c)   Khuấy thì là xay và lá oregano khô rồi nấu thêm một phút để nướng gia vị.

d)   Cho nước luộc rau hoặc nước luộc gà vào nồi và đun sôi.

e)   Thêm khoai lang thái hạt lựu và hạt ngô vào nồi. Giảm nhiệt để đun nhỏ lửa và nấu cho đến khi khoai lang mềm, khoảng 15-20 phút.

f)   Dùng dụng cụ nghiền khoai tây hoặc mặt sau của thìa, nhẹ nhàng nghiền một ít khoai lang vào thành nồi để súp đặc lại.

g)   Khuấy sữa cô đặc và phô mai queso fresco hoặc feta vụn. Tiếp tục đun nhỏ lửa thêm 5 phút nữa, thỉnh thoảng khuấy đều cho đến khi phô mai tan chảy và súp hơi đặc lại.

h)   Nêm muối và hạt tiêu cho vừa ăn.

i)   Lấy nồi ra khỏi bếp và để nguội một chút trước khi dùng.

THÀNH PHẦN:

a) ½ Dán bơ không muối
b) 1¼ pound Hành vàng, thái lát mỏng
c) 3 Sườn cần tây, xắt nhỏ
d) Muối
e) Cayenne
f) Hạt tiêu vừa mới nghiền
g) 1 lá nguyệt quế
h) 3 muỗng canh Tỏi băm nhỏ
i) 10 cốc Nước luộc gà
j) 2 bảng Khoai tây nướng, gọt vỏ
k) ¼ cốc Kem béo
l) ½ pound Cá hồi hun khói, thái sợi
m) ¼ chén hành tím
n) 2 muỗng canh Hẹ xắt nhỏ
o) Mưa phùn ngoại trinh
p) Dầu ô liu

HƯỚNG DẪN:

a) Đun chảy bơ trong nồi 6 lít trên lửa vừa cao. Thêm hành tây và cần tây. Nêm muối, ớt cayenne và tiêu đen, khuấy đều cho đến khi rau mềm và vàng nhẹ, khoảng 8 phút.
b) Thêm lá nguyệt quế và tỏi vào, khuấy đều trong 2 phút. Thêm nước kho và khoai tây vào rồi đun sôi hỗn hợp.
c) Giảm nhiệt xuống mức trung bình và đun nhỏ lửa, không đậy nắp, cho đến khi khoai tây rất mềm và hỗn hợp đặc và mịn như kem khoảng 1 giờ.
d) Lấy súp ra khỏi bếp. Bỏ lá nguyệt quế đi. Dùng máy xay cầm tay xay nhuyễn cho đến khi mịn. Từ từ thêm kem. Khuấy để trộn. Nêm lại món súp. Trong một bát trộn nhỏ, trộn cá hồi, hành tím và hẹ.
e) Rắc gia vị với lượng dầu vừa đủ để làm ẩm. Nêm gia vị với hạt tiêu đen. Khi dùng, múc súp vào từng bát riêng.
f) Trang trí món súp với gia vị.

19.Súp gà và ngò

THÀNH PHẦN:

- 4 chân gà hoặc một lượng thịt gà sống thái hạt lựu tương đương
- Muối và tiêu
- ¼ chén dầu thực vật
- ½ chén hành tây, thái nhỏ
- 2 tép tỏi, nghiền nát
- 2 aji tươi rau dền , cắt nhỏ hoặc 3 thìa bột nhão (xem ghi chú) 2 cốc lá ngò (bỏ cuống)
- 4 chén nước luộc gà
- 1 cốc bia đen (tùy chọn)
- ½ quả ớt chuông đỏ cắt thành lát
- 1 cốc cà rốt, thái hạt lựu
- ½ chén gạo hạt dài
- 4 củ khoai tây màu vàng vừa, gọt vỏ và thái hạt lựu ½ cốc đậu xanh

HƯỚNG DẪN:

a)   Nêm gà với muối và hạt tiêu. Đun nóng dầu thực vật trong chảo trên lửa vừa, cho các miếng thịt gà vào xào chín. Chuyển miếng gà ra đĩa và giữ ấm. Trong cùng một chảo xào hành và tỏi cho đến khi vàng.

b)   Chế biến lá ngò và aji tươi amarillo với ¼ cốc nước cho vào máy xay cho đến khi mịn; thêm vào hỗn hợp hành tây, cùng với nước luộc gà, bia, nếu dùng, thịt gà, khoai tây và cà rốt. Đun sôi, vặn lửa nhỏ, đậy nắp và đun nhỏ lửa trong 20 phút.

c)   Thêm gạo vào, đậy nắp nồi và đun nhỏ lửa cho đến khi cơm chín. Thêm đậu Hà Lan vào những phút nấu cuối cùng.

d)   Trang trí với những lát ớt chuông đỏ.

20.Chowder đậu lăng

THÀNH PHẦN:

- 2 chén đậu lăng nâu hoặc xanh khô
- 1 củ hành tây, thái nhỏ
- 3 tép tỏi, băm nhỏ
- 1 củ cà rốt, thái hạt lựu
- 1 củ khoai tây, thái hạt lựu
- 1 chén hạt ngô đông lạnh
- 1 cốc cà chua thái hạt lựu (tươi hoặc đóng hộp)
- 4 chén nước luộc rau hoặc nước
- 1 cốc sữa hoặc sữa cô đặc
- 1 thìa cà phê thì là xay
- 1 thìa cà phê lá oregano khô
- 1 lá nguyệt quế
- Muối và hạt tiêu cho vừa ăn
- Rau mùi tây tươi cắt nhỏ hoặc ngò để trang trí
- Nêm chanh để phục vụ

HƯỚNG DẪN:

a) Rửa sạch đậu lăng dưới nước lạnh và loại bỏ cặn hoặc đá.

b) Trong nồi lớn, đun nóng một ít dầu thực vật trên lửa vừa.

c) Cho hành tây xắt nhỏ và tỏi băm vào nồi, xào cho đến khi hành tây trong suốt và tỏi có mùi thơm.

d) Thêm cà rốt thái hạt lựu, khoai tây và hạt ngô đông lạnh vào nồi.

e) Nấu trong vài phút để làm mềm rau.

f) Khuấy cà chua thái hạt lựu, thì là, lá oregano khô và lá nguyệt quế.

g) Nấu thêm một phút nữa để kết hợp hương vị.

h) Cho đậu lăng đã rửa sạch vào nồi và đổ nước luộc rau hoặc nước vào.

i) Nêm muối và hạt tiêu cho vừa ăn.

j) Đun sôi hỗn hợp, sau đó giảm nhiệt xuống thấp và đun nhỏ lửa trong khoảng 30-40 phút hoặc cho đến khi đậu lăng mềm và chín. Thỉnh thoảng khuấy.

k) Sau khi đậu lăng chín, cho sữa hoặc sữa cô đặc vào khuấy đều.

l) Điều chỉnh độ đặc bằng cách thêm nhiều chất lỏng hơn nếu muốn.

m) Đun nhỏ lửa Chupe de Lentejas / Lentil Chowder thêm 5-10 phút để hâm nóng và để các hương vị hòa quyện với nhau.

n) Nhấc nồi ra khỏi bếp và bỏ lá nguyệt quế đi.

o) Dùng nóng Chupe de Lentejas / Lentil Chowder, trang trí với rau mùi tây hoặc ngò tươi xắt nhỏ.

p) Ăn kèm với chanh ở bên cạnh để ép lên món hầm.

THÀNH PHẦN:

- 2 đuôi tôm hùm luộc chín và lấy thịt
- 8 ounce nấm nút, thái lát
- 2 thìa bơ
- 2 tép tỏi, băm nhỏ
- ¼ chén rượu trắng khô
- ½ chén nước luộc gà hoặc rau
- ½ cốc kem đặc
- 1 thìa nước cốt chanh tươi
- Muối và hạt tiêu cho vừa ăn
- Rau mùi tây tươi, cắt nhỏ (để trang trí)

HƯỚNG DẪN:

a) Trong chảo lớn, làm tan bơ trên lửa vừa. Thêm tỏi băm vào xào khoảng một phút cho đến khi có mùi thơm.

b) Thêm nấm nút thái lát vào chảo và nấu trong 4-5 phút, thỉnh thoảng khuấy cho đến khi chúng có màu nâu vàng và mềm.

c) Đổ rượu trắng vào và khử men trong chảo, cạo sạch những vết nâu ở đáy. Để rượu nấu trong một hoặc hai phút để giảm bớt một chút.

d) Thêm nước dùng gà hoặc rau vào chảo và đun sôi. Nấu trong 2-3 phút để các hương vị hòa quyện với nhau.

e) Giảm nhiệt xuống thấp và khuấy kem tươi và nước cốt chanh. Nêm muối và hạt tiêu cho vừa ăn. Đun nhỏ lửa trong 3-4 phút, để nước sốt hơi đặc lại.

f) Thêm thịt tôm hùm đã nấu chín vào chảo và khuấy nhẹ để kết hợp với nấm và nước sốt. Để nó nóng trong một hoặc hai phút.

g) Tắt bếp và trang trí với rau mùi tây cắt nhỏ.

h) Ăn nấm nút và tôm hùm ngay khi còn nóng. Món ăn này rất hợp với cơm trắng, bánh mì giòn hoặc mì ống.

THÀNH PHẦN:

- 1 cốc quinoa, rửa sạch
- 2 muỗng canh dầu thực vật
- 1 củ hành tây, xắt nhỏ
- 2 tép tỏi, băm nhỏ
- 1 củ cà rốt, thái hạt lựu
- 1 củ khoai tây, thái hạt lựu
- 1 chén hạt ngô
- 1 chén đậu xanh
- 4 chén nước luộc rau hoặc gà
- 1 cốc sữa đặc
- 1 thìa cà phê thì là xay
- 1 thìa cà phê lá oregano khô
- Muối và hạt tiêu cho vừa ăn
- Rau mùi tươi, cắt nhỏ (để trang trí)

HƯỚNG DẪN:

a) Trong một nồi lớn, đun nóng dầu thực vật trên lửa vừa.

b) Thêm hành tây xắt nhỏ và tỏi băm vào xào cho đến khi hành tây trở nên trong suốt.

c) Thêm cà rốt thái hạt lựu, khoai tây, hạt ngô và đậu xanh vào nồi. Khuấy và nấu trong vài phút cho đến khi rau bắt đầu mềm.

d) Rửa kỹ quinoa dưới nước lạnh.

e) Thêm quinoa vào nồi và khuấy đều để kết hợp với các loại rau.

f) Đổ nước luộc rau hoặc nước luộc gà vào và đun sôi hỗn hợp. Giảm nhiệt xuống thấp, đậy nắp nồi và đun nhỏ lửa trong khoảng 15-20 phút hoặc cho đến khi hạt quinoa và rau củ mềm.

g) Khuấy sữa cô đặc, thì là xay và lá oregano khô.

h) Nêm muối và hạt tiêu cho vừa ăn.

i) Đun nhỏ lửa thêm 5 phút để các gia vị hòa quyện vào nhau.

j) Tắt bếp và để yên trong vài phút rồi dùng.

THÀNH PHẦN:

- 2 chén đậu lima xanh (pallares verdes), ngâm qua đêm và để ráo nước
- 2 muỗng canh dầu thực vật
- 1 củ hành tây, thái nhỏ
- 2 tép tỏi, băm nhỏ
- 1 thìa cà phê thì là xay
- 1 thìa cà phê lá oregano khô
- 4 chén nước luộc rau hoặc gà
- 2 củ khoai tây vừa, gọt vỏ và thái hạt lựu
- 1 cốc sữa đặc
- 1 cốc phô mai queso fresco hoặc feta, vụn
- Muối và hạt tiêu cho vừa ăn
- Rau mùi tây tươi, cắt nhỏ (để trang trí)

HƯỚNG DẪN:

a) Trong một cái nồi lớn, thêm đậu lima xanh đã ngâm và để ráo nước. Đậy chúng bằng nước và đun sôi. Giảm nhiệt và đun nhỏ lửa cho đến khi đậu mềm, khoảng 30-40 phút. Xả và đặt sang một bên.

b) Trong cùng một nồi, đun nóng dầu thực vật trên lửa vừa.

c) Thêm hành tây xắt nhỏ và tỏi băm vào xào cho đến khi hành tây mềm và trong suốt.

d) Khuấy thì là xay và lá oregano khô rồi nấu thêm một phút để nướng gia vị.

e) Cho nước luộc rau hoặc nước luộc gà vào nồi và đun sôi.

f) Thêm khoai tây thái hạt lựu và đậu lima xanh nấu chín vào nồi. Giảm nhiệt để đun nhỏ lửa và nấu cho đến khi khoai tây mềm, khoảng 15-20 phút.

g) Dùng dụng cụ nghiền khoai tây hoặc mặt sau của thìa, nhẹ nhàng nghiền một ít khoai tây và đậu vào thành nồi để làm đặc súp.

h) Khuấy sữa cô đặc và phô mai queso fresco hoặc feta vụn. Tiếp tục đun nhỏ lửa thêm 5 phút nữa, thỉnh thoảng khuấy đều cho đến khi phô mai tan chảy và súp hơi đặc lại.

i) Nêm muối và hạt tiêu cho vừa ăn.

j) Lấy nồi ra khỏi bếp và để nguội một chút trước khi dùng.

k) Múc Chupe de Pallares Verdes/Green Bean Chowder vào bát và trang trí với rau mùi tây tươi.

THÀNH PHẦN:

- 6 củ khoai tây cỡ vừa, gọt vỏ và thái hạt lựu
- 1 củ hành tây, thái nhỏ
- 2 tép tỏi, băm nhỏ
- 2 muỗng canh dầu thực vật
- 4 chén nước luộc gà hoặc rau
- 1 cốc sữa
- 1 cốc sữa đặc
- 1 chén hạt ngô đông lạnh hoặc tươi
- 1 chén đậu Hà Lan tươi hoặc đông lạnh
- 1 cốc phô mai queso fresco hoặc feta, vụn
- 2 quả trứng
- 2 muỗng canh rau mùi tươi, xắt nhỏ
- Muối và hạt tiêu cho vừa ăn

HƯỚNG DẪN:

a) Trong một nồi lớn, đun nóng dầu thực vật trên lửa vừa.

b) Thêm hành tây xắt nhỏ và tỏi băm vào xào cho đến khi mềm và có mùi thơm.

c) Thêm khoai tây thái hạt lựu vào nồi và khuấy đều để phủ đều hỗn hợp hành và tỏi.

d) Đổ nước luộc gà hoặc rau vào và đun sôi hỗn hợp. Giảm nhiệt xuống thấp, đậy nắp nồi và đun nhỏ lửa trong khoảng 15-20 phút hoặc cho đến khi khoai tây mềm.

e) Dùng nĩa hoặc dụng cụ nghiền khoai tây, nghiền nhẹ một ít khoai tây trong nồi để làm đặc súp. Điều này sẽ tạo cho Chupe de Papa/Potato Chowder có độ sệt như kem.

f) Thêm sữa, sữa cô đặc, hạt ngô và đậu Hà Lan vào nồi. Khuấy đều để kết hợp tất cả các thành phần.

g) Tiếp tục nấu súp trên lửa nhỏ trong 10-15 phút nữa để hương vị hòa quyện.

h) Trong một bát riêng, đánh trứng. Từ từ múc từng muôi súp nóng vào trứng đã đánh, khuấy liên tục để trứng chín và không bị vón cục.

i) Từ từ đổ hỗn hợp trứng trở lại nồi, khuấy liên tục. Điều này sẽ giúp súp đặc lại và tạo nên kết cấu dạng kem.

j) Thêm phô mai queso fresco hoặc feta vụn vào nồi và khuấy cho đến khi tan vào súp.

k) Nêm Chupe de Papa/Potato Chowder với muối và hạt tiêu cho vừa ăn. Điều chỉnh gia vị theo sở thích của bạn.

l) Cuối cùng, rắc ngò tươi lên trên súp và khuấy nhẹ.

THÀNH PHẦN:

- 1 pound (450g) phi lê cá hồi tươi, bỏ da và cắt thành miếng vừa ăn
- 1 thìa bơ
- 1 củ hành vừa, thái hạt lựu
- 2 tép tỏi, băm nhỏ
- 2 củ cà rốt vừa, gọt vỏ và thái hạt lựu
- 2 cọng cần tây, thái hạt lựu
- 3 củ khoai tây vừa, gọt vỏ và thái hạt lựu
- 4 cốc (960ml) nước luộc rau hoặc cá
- 1 cốc kem đặc (240ml)
- 1/2 cốc (120ml) sữa
- 1 thìa cà phê thì là khô
- 1 muỗng cà phê húng tây khô
- Muối và hạt tiêu cho vừa ăn
- Thì là tươi để trang trí

HƯỚNG DẪN:

a) Trong một nồi lớn, làm tan bơ trên lửa vừa. Thêm hành tây và tỏi thái hạt lựu vào xào cho đến khi mềm và có mùi thơm, khoảng 2-3 phút.

b) Thêm cà rốt thái hạt lựu và cần tây vào nồi và nấu thêm 3-4 phút nữa cho đến khi chúng bắt đầu mềm.

c) Thêm khoai tây thái hạt lựu, nước luộc rau hoặc cá, thì là khô và húng tây khô vào nồi. Đun sôi hỗn hợp, sau đó giảm nhiệt xuống thấp và đun nhỏ lửa trong khoảng 10 phút hoặc cho đến khi rau mềm.

d) Trong khi súp đang sôi, nêm miếng cá hồi với muối và hạt tiêu.

e) Thêm các miếng cá hồi đã tẩm gia vị vào nồi và đun nhỏ lửa thêm 5 phút hoặc cho đến khi cá hồi chín và dễ dàng bong ra bằng nĩa.

f) Nhấc nồi ra khỏi bếp và cho kem tươi và sữa vào khuấy đều. Nếu muốn, bạn có thể sử dụng máy xay ngâm để trộn một phần súp để có độ đặc sệt hơn. Ngoài ra, bạn có thể chuyển một phần súp vào máy xay, xay cho đến khi mịn rồi cho lại vào nồi.

g) Nếm thử món súp và điều chỉnh gia vị bằng muối và hạt tiêu nếu cần.

h) Cho nồi trở lại lửa nhỏ và đun nhỏ lửa thêm 2-3 phút nữa để hâm nóng súp.

i) Dùng nóng súp kem cá hồi, trang trí với thì là tươi.

THÀNH PHẦN:

- 1 muỗng canh dầu hạt cải
- 1 pound đùi gà tây
- 1 củ cà rốt, gọt vỏ và cắt nhỏ
- 1 tỏi tây, xắt nhỏ
- 1 củ mùi tây, xắt nhỏ
- 2 tép tỏi, băm nhỏ
- 1 ½ lít nước dùng gà tây
- Quả hồi 2 sao
- Muối biển, vừa ăn
- ¼ thìa cà phê tiêu đen xay, hoặc nhiều hơn tùy khẩu vị
- 1 lá nguyệt quế
- 1 bó húng quế Thái tươi
- ¼ muỗng cà phê thì là khô
- ½ muỗng cà phê bột nghệ
- 2 chén củ cải Thụy Sĩ, xé thành từng miếng

HƯỚNG DẪN

g)   Nhấn nút "Xào" và đun nóng dầu hạt cải. Bây giờ, nướng đùi gà tây nâu từ 2 đến 3 phút cho mỗi bên; dự trữ.

h)   Thêm một chút nước dùng gà tây để loại bỏ những phần màu nâu ở dưới đáy.

i)   Sau đó, thêm cà rốt, tỏi tây, rau mùi tây và tỏi vào Instant Pot. Xào cho đến khi chúng mềm.

j)   Thêm nước luộc gà tây còn lại, vỏ hoa hồi, muối, tiêu đen, lá nguyệt quế, húng quế Thái, thì là và bột nghệ.

k)   Đậy chặt nắp. Chọn cài đặt "Súp" và nấu trong 30 phút. Sau khi nấu xong, hãy sử dụng chức năng xả áp suất tự nhiên; cẩn thận tháo nắp.

l)   Khuấy củ cải Thụy Sĩ khi còn nóng để lá héo. Thưởng thức!

THÀNH PHẦN:

a) ¼ cốc Bơ hoặc bơ thực vật
b) 1 lớn Hành tây - thái lát mỏng
c) 1¼ cốc Cần tây thái hạt lựu
d) 3½ cốc Khoai tây - thái lát sống
e) 1 cái ly Canh gà
f) 3 chén Sữa chia
g) Nhiệt độ phòng
h) 1 cái ly Mỗi bên một nửa
i) 2 tách Phô mai cheddar sắc nét, cắt nhỏ
j) 1 muỗng cà phê Húng tây phơi khô
k) 1 muỗng cà phê nước sốt Worcestershire
l) 1 lon Cá hồi, cá hồi, thoát nước tốt, loại bỏ xương và da
m) 1 dấu gạch ngang Muối
n) 1 dấu gạch ngang Hạt tiêu
o) Rau mùi tây băm nhỏ

HƯỚNG DẪN:

a) Trong 2 qt. chảo, đun chảy bơ rồi xào hành tây và cần tây cho đến khi mềm nhưng không có màu nâu.

b) Thêm khoai tây và nước luộc gà; đậy nắp và nấu ở lửa nhỏ cho đến khi khoai tây mềm.

c) Xay nhuyễn hỗn hợp khoai tây trong máy xay với 2 cốc sữa.

d) Quay trở lại chảo; và 1 cốc còn lại sữa, kem, phô mai, húng tây,

e) Nước sốt Worcestershire và cá hồi. Đun nhỏ lửa, khuấy thường xuyên cho đến khi nóng. Nêm với muối và hạt tiêu. Trang trí với rau mùi tây xắt nhỏ . .

THÀNH PHẦN:

- 1 (12 ounce) lon Spam, thái hạt lựu
- 1 muỗng canh dầu ô liu
- 1 củ hành lớn, xắt nhỏ
- 2 củ cà rốt, gọt vỏ và thái hạt lựu
- 2 cọng cần tây, thái hạt lựu
- 2 tép tỏi, băm nhỏ
- 4 chén nước luộc gà hoặc rau
- 1 lon (14,5 ounce) cà chua thái hạt lựu
- 1 chén hạt ngô đông lạnh
- 1 cốc đậu xanh đông lạnh
- 1 muỗng cà phê húng tây khô
- Muối và hạt tiêu cho vừa ăn
- 4 lát bánh mì (baguette hoặc bất kỳ loại nào ưa thích)
- 1 chén phô mai cheddar cắt nhỏ

HƯỚNG DẪN:

a) Trong một nồi lớn, đun nóng dầu ô liu trên lửa vừa.

b) Thêm Spam thái hạt lựu và xào cho đến khi có màu nâu nhạt. Loại bỏ Spam khỏi nồi và đặt nó sang một bên.

c) Trong cùng một nồi, thêm hành tây xắt nhỏ, cà rốt thái hạt lựu và cần tây thái hạt lựu. Xào cho đến khi rau mềm.

d) Thêm tỏi băm vào và nấu thêm một phút nữa cho đến khi có mùi thơm.

e) Đổ nước luộc gà hoặc rau vào và đun sôi hỗn hợp.

f) Thêm cà chua thái hạt lựu, ngô đông lạnh, đậu xanh đông lạnh, húng tây khô, muối và hạt tiêu. Giảm nhiệt xuống thấp và để súp sôi trong khoảng 15-20 phút hoặc cho đến khi rau mềm.

g) Trong khi súp đang sôi, hãy làm bánh mì nướng phủ phô mai. Làm nóng lò nướng của bạn ở nhiệt độ 375°F (190°C).

h) Đặt các lát bánh mì lên khay nướng và phủ phô mai cheddar cắt nhỏ lên trên từng lát.

i) Nướng bánh mì phủ phô mai trong lò làm nóng trước khoảng 5-7 phút hoặc cho đến khi phô mai tan chảy và sủi bọt và bánh mì được nướng.

j) Múc súp rau thư rác vào bát và phủ lên trên mỗi khẩu phần một chiếc bánh mì nướng phủ phô mai.

k) Phục vụ món Súp Rau Spam thơm ngon và dễ chịu với bánh mì nướng phủ phô mai như một bữa ăn thịnh soạn!

THÀNH PHẦN:

- 1 pound tôm vừa, tốt nhất là còn nguyên vỏ
- 1 muỗng canh tamari
- 5 chén nước luộc gà
- 5 tép tỏi, đập dập và bóc vỏ
- 1 củ hành tây nhỏ, xắt nhỏ
- quả ớt Anaheim (hoặc bất kỳ loại ớt xanh nhẹ nào mà bạn có thể tìm thấy), bỏ hạt và cắt nhỏ
- 1 chén lá ngò tươi thái nhỏ, cộng thêm lá để trang trí
- 1 cọng cần tây, xắt nhỏ
- 1 củ cà rốt, xắt nhỏ
- 1 pint cà chua anh đào hoặc nho
- 2 muỗng canh dầu ô liu
- 1 chén gạo trắng hạt dài
- 1 thìa cà phê bột tỏi
- 1 thìa cà phê lá oregano khô
- 1 muỗng cà phê ớt bột, tốt nhất là hun khói
- ½ muỗng cà phê rau mùi đất
- ½ thìa cà phê thì là xay
- ½ muỗng cà phê bột nghệ
- Muối
- Nêm chanh, để phục vụ

HƯỚNG DẪN:

a)   Nếu tôm còn vỏ, hãy loại bỏ vỏ và đuôi rồi để sang một bên. Đặt tôm vào tô vừa và thêm tamari. Trộn và để nó ướp trong tủ lạnh cho đến khi cần.

b)   Cho vỏ và đuôi tôm đã dành riêng vào nồi vừa cùng với nước luộc gà, đậy nắp và đun sôi nhỏ lửa. Giữ ấm trong khi chuẩn bị các nguyên liệu còn lại.

c)   Trong máy xay thực phẩm hoặc máy xay sinh tố, trộn tỏi, hành tây, ớt , ngò, cần tây, cà rốt và cà chua. Trộn chúng cho đến khi bạn có một hỗn hợp sệt có kết cấu thô - nó có thể sẽ khá lỏng.

d)   Trong lò kiểu Hà Lan, đun nóng dầu ô liu trên lửa vừa cao cho đến khi sủi bọt. Thêm gạo, bột tỏi, lá oregano, ớt bột, rau mùi, thì là và nghệ vào rồi khuấy thường xuyên, để cơm chín và gia vị có mùi thơm. Nêm muối và để cơm nướng thêm khoảng 90 giây. Thêm hỗn hợp rau đã trộn và đun sôi, sau đó tiếp tục đun nhỏ lửa, khuấy thường xuyên cho đến khi một lượng hơi ẩm bay hơi hết, khoảng 4 phút.

e)   Đặt một cái rây trên lò Hà Lan và đổ hoặc múc nước luộc gà vào, để rây bắt được đuôi và vỏ tôm. Bỏ đuôi và vỏ.

f)   Đun sôi mọi thứ rồi đậy nắp lại và giảm nhiệt xuống thấp. Tiếp tục nấu cho đến khi cơm vừa chín, khoảng 15 phút. Nếu hỗn hợp đặc đến mức không thể lan ra được nữa, giống như súp, hãy thêm một chút nước và đun nhỏ lửa. Nếm thử gia vị và thêm muối nếu cần.

g)   Thêm tôm và khuấy đều để kết hợp. Đậy nắp nồi và đun nhỏ lửa cho đến khi tôm vừa chín tới, mất khoảng 3 phút nữa.

h)   Dùng ngay, trang trí với lá ngò và một chút chanh.

THÀNH PHẦN:

- 2 con tôm hùm sống (khoảng 1,5 pound mỗi con)
- 2 muỗng canh dầu ô liu
- 1 củ hành tây, thái hạt lựu
- 2 tép tỏi, băm nhỏ
- 1 củ thì là, thái lát mỏng
- 1 quả ớt chuông đỏ, thái hạt lựu
- 1 quả ớt chuông vàng, thái hạt lựu
- 1 lon (14 ounce) cà chua thái hạt lựu
- 2 chén nước dùng cá hoặc hải sản
- 1 chén rượu trắng khô
- 1 muỗng cà phê húng tây khô
- 1 thìa cà phê lá oregano khô
- 1 lá nguyệt quế
- Một nhúm sợi nghệ tây
- Muối và hạt tiêu cho vừa ăn
- Rau mùi tây tươi, cắt nhỏ (để trang trí)
- Bánh mì giòn (để phục vụ)

HƯỚNG DẪN:

a)   Chuẩn bị tôm hùm bằng cách cho vào ngăn đá tủ lạnh khoảng 20-30 phút. Điều này sẽ giúp chúng an thần trước khi nấu ăn.

b)   Đổ nước vào nồi lớn và đun sôi. Thêm muối vào nước sôi.

c)   Cẩn thận đặt tôm hùm vào nước sôi và nấu trong khoảng 8-10 phút hoặc cho đến khi vỏ chuyển sang màu đỏ tươi.

d)   Lấy tôm hùm ra khỏi nồi và để nguội một chút. Sau khi nguội, lấy thịt ra khỏi vỏ và cắt thành miếng vừa ăn. Để qua một bên.

e)   Trong nồi súp lớn hoặc lò nướng Hà Lan, đun nóng dầu ô liu trên lửa vừa.

f)   Thêm hành tây thái hạt lựu và tỏi băm vào nồi. Xào trong 2-3 phút cho đến khi hành tây trở nên trong suốt.

g)   Thêm thì là thái lát, ớt chuông đỏ và vàng thái hạt lựu vào nồi. Nấu thêm 3-4 phút nữa cho đến khi rau bắt đầu mềm.

h)   Khuấy cà chua thái hạt lựu, nước dùng cá hoặc hải sản và rượu vang trắng.

i)   Thêm húng tây khô, lá oregano khô, lá nguyệt quế, sợi nghệ tây, muối và hạt tiêu vào nồi. Khuấy để kết hợp.

j)   Đun sôi hỗn hợp, sau đó giảm nhiệt xuống thấp và để sôi trong khoảng 15-20 phút để hương vị phát triển.

k)   Cho thịt tôm hùm vào nồi và nấu thêm 5-8 phút cho đến khi tôm hùm chín.

l)   Nếm thử và điều chỉnh gia vị nếu cần.

m)   Múc Tôm hùm Bouillabaisse vào bát và trang trí với rau mùi tây tươi cắt nhỏ.

n)   Ăn kèm với bánh mì giòn để chấm.

THÀNH PHẦN:

a) 2 phi lê cá hồi, bỏ da và cắt thành miếng vừa ăn
b) 1 ½ chén hành trắng, thái nhỏ
c) 1 ½ chén khoai lang, gọt vỏ và thái hạt lựu
d) 1 chén bông cải xanh, cắt thành miếng nhỏ
e) 3 chén nước luộc gà
f) 2 cốc sữa nguyên chất
g) 2 muỗng canh bột mì đa dụng
h) 1 thìa cà phê húng tây khô
i) 3 muỗng canh bơ không muối
j) 1 lá nguyệt quế
k) Muối và hạt tiêu cho vừa ăn
l) Rau mùi tây phẳng, thái nhỏ

HƯỚNG DẪN:

a) Nấu hành tây xắt nhỏ trong bơ không muối cho đến khi trong suốt. Khuấy bột và trộn đều với bơ và hành tây. Đổ nước luộc gà và sữa vào, sau đó thêm khối khoai lang, lá nguyệt quế và húng tây.
b) Để hỗn hợp sôi trong 5-10 phút trong khi thỉnh thoảng khuấy.
c) Thêm hoa cá hồi và bông cải xanh. Sau đó, nấu trong 5-8 phút.
d) Nêm muối và hạt tiêu và điều chỉnh khẩu vị khi cần thiết.
e) Chuyển sang từng bát nhỏ và trang trí với rau mùi tây cắt nhỏ.

THÀNH PHẦN:

- 300 ml Nước dùng gà ngon
- 20 gram Bơ
- 1 muỗng canh Gấp đôi kem béo
- 12 Măng tây
- 1 Cà rốt; thái hạt lựu nhỏ)
- 2 Gậy cần tây; (bóc vỏ và thái hạt lựu)
- 1 Tỏi tây; thái hạt lựu nhỏ)
- số 8 Khoai tây mới; (nhỏ - trẻ)
- 2 Cà chua
- 4 lát Cá hồi xông khói; (cắt thành dải)
- 1 Bánh mì cuộn ô liu
- 50 gam Phô mai dê Ailen
- 1 Lòng đỏ trứng
- Thảo dược hỗn hợp

HƯỚNG DẪN:

- Đun nóng nước luộc gà và nấu từng loại rau, bắt đầu bằng khoai tây, cà rốt, cần tây, tỏi tây và măng tây. Lọc rau và dự trữ nước dùng.
- Đặt rau vào bát/cốc súp nhỏ. Thêm cà chua và cá hồi hun khói đã cắt thành dải.
- Đặt nước kho lên bếp và cho một ít bơ và kem vào. Nêm và thêm các loại thảo mộc xắt nhỏ. Để ngấm trong vài phút.
- Trong khi đó, đánh lòng đỏ trứng với 2 - 3 thìa cà phê nước sôi trên chảo . marie cho đến khi tạo thành một loại sabayon dày và mịn như kem.
- Rắc phô mai lên bánh mì nướng và đặt dưới vỉ nướng nóng cho đến khi phô mai bắt đầu sủi bọt.
- Gấp sabayon vào kho và đổ lên rau. Đặt bánh mì nướng lên trên và phục vụ.

33. Bún gà gừng ngò

THÀNH PHẦN:

- 1 (3½-ounce) gói nấm bunashimeji (cây sồi) hoặc khoảng 3 ounce nấm khác, chẳng hạn như nấm nút trắng, nấm cremini , nấm hương hoặc hàu
- 4 chén nước luộc gà
- 3 thìa tamari
- 3 củ hành lá, thái mỏng, ngọn màu xanh đậm để riêng
- Gừng tươi 3 inch, bào hoặc thái hạt lựu (khoảng 2½ muỗng canh)
- 4 ounce thịt gà nấu chín, xé thành miếng vừa ăn
- 6 ounce mì gạo, chẳng hạn như mai vui, pad Thái hoặc bún
- Muối
- 2 đầu nhỏ cải chíp, cắt nhỏ, hoặc khoảng 6 ounce lá rau bina, cắt nhỏ
- Lá ngò, để trang trí
- Hạt vừng trắng mới rang hoặc mua về đã rang sẵn

HƯỚNG DẪN:

a)   Chuẩn bị nấm: Đối với bunashimeji , cắt bỏ phần rễ bẩn và bỏ đi, sau đó tách nấm thành từng miếng riêng lẻ. Đối với nút cremini hoặc nút trắng, hãy phủi sạch bụi bẩn và cắt lát mỏng. Đối với nấm hương hoặc hàu, hãy bỏ cuống và để dành làm nước dùng Dashi thuần chay, sau đó chỉ cần xé nắp thành từng miếng vừa ăn.

b)   Đun sôi một nồi nước để luộc bún.

c)   Trong khi đó, trong một cái chảo 4 lít, cho nước kho và tamari vào đun sôi nhẹ. Thêm phần màu trắng và xanh nhạt của hành lá, gừng, thịt gà và nấm vào. Đun sôi nước dùng trở lại rồi giảm lửa, đậy nắp và để ở mức lửa nhỏ trong khoảng 10 phút. Hủy bỏ khỏi nhiệt.

d)   Cho mì vào nước sôi và nấu theo hướng dẫn trên bao bì. Xả mì và chia chúng vào bốn bát. Nếm thử gia vị trong súp và thêm muối nếu cần - nếu nước súp gần mặn quá cũng không sao vì vẫn còn mì và rau đi kèm.

e)   Cho cải thìa hoặc rau chân vịt vào nồi súp rồi đảo đều cho ngập trong nước dùng. Đậy nắp nồi lại và để rau héo trong khoảng 30 giây (bạn muốn cọng cải thìa giòn hoặc rau bina không bị mềm hoàn toàn).

f)   Chia súp vào các bát, cố gắng phân phối tất cả các thành phần một cách đồng đều nhất có thể. Trang trí bát bằng lá ngò, hành lá để riêng và một ít hạt vừng. Ăn ngay.

THÀNH PHẦN:

- 1 củ hành tây, xắt nhỏ
- 1 tép tỏi, băm nhỏ
- 1 ½ muỗng canh bơ
- 1 cốc bí ngô xay nhuyễn
- 1 ¼ cốc nước
- ½ muỗng cà phê quế
- ½ muỗng cà phê ớt bột
- Một vài sợi nghệ tây
- 1 cốc sữa chua nguyên chất không đường

HƯỚNG DẪN:

a) Trong chảo, xào hành và tỏi trong bơ cho đến khi chúng có màu nâu

b) Thêm bí ngô xay nhuyễn, nước và gia vị rồi đun sôi.

c) Giảm nhiệt ngay lập tức và đun nhỏ lửa trong năm phút, thêm dần sữa chua.

d) Phục vụ ấm áp.

THÀNH PHẦN:

- 1 muỗng canh dầu ô liu
- 4–6 tép tỏi, thái nhỏ
- 1 cọng cần tây, thái nhỏ
- 1 củ hành trắng ngọt nhỏ, thái nhỏ
- 1 quả cà chua vừa, thái hạt lựu
- Tôm hùm 1½–1¾ pound
- 2 cốc sữa nguyên chất
- 1 cốc nước sốt cà chua
- ½ cốc kem đặc
- ½ chén nước dùng cá
- 4 muỗng canh (½ thanh) bơ không muối
- 2 muỗng canh mùi tây tươi thái nhỏ
- 1 thìa cà phê tiêu đen mới xay

HƯỚNG DẪN:

a) Đun nóng dầu trong chảo lớn trên lửa vừa cao. Thêm tỏi, cần tây và hành tây vào nấu, khuấy đều trong 8 đến 10 phút. Thêm cà chua.

b) Đặt tôm hùm nằm ngửa trên thớt. Rạch một đường ở giữa đuôi gần đến chóp mà không cắt xuyên qua vỏ; tách đuôi ra.

c) Nướng tôm hùm trong 15 đến 18 phút, úp vỏ xuống, đậy nắp lại. Chuyển tôm hùm từ vỉ nướng trở lại thớt và lấy thịt và tomalley ra. Bỏ vỏ và để thịt sang một bên.

d) Cho sữa, nước sốt cà chua, kem, nước kho và bơ vào nồi đun sôi cùng với rau. Giảm nhiệt thấp. Đun nhỏ lửa trong 10 phút, khuấy thường xuyên.

e) Thêm thịt tôm hùm và tomalley, rau mùi tây và hạt tiêu. Đậy nắp và đun nhỏ lửa ở nhiệt độ thấp nhất có thể trong 4 đến 5 phút .

36.Tôm hun khói

THÀNH PHẦN:

- 1 muỗng canh dầu ô liu
- 1 củ hành lớn, thái nhỏ
- 1 củ cà rốt, thái nhỏ
- 3 thìa rượu mạnh
- Đầu và vỏ tôm nguyên liệu từ 1 pound tôm hun khói
- 1 tép tỏi, xắt nhỏ
- một nhúm ớt mảnh
- 1 lá nguyệt quế
- 3 quả cà chua nho lớn, xắt nhỏ
- ⅓ cốc kem đặc, cộng thêm một ít để trang trí
- Tổ ong, để trang trí
- Muối và tiêu đen mới xay

HƯỚNG DẪN:

a) Trong một cái chảo lớn có đáy nặng, trộn dầu ô liu, hành tây và cà rốt rồi cho vào lò nướng cho mềm trong 10 phút, khuấy một hoặc hai lần.

b) Đổ rượu mạnh vào và cho chảo vào lò nướng thêm 5 phút nữa hoặc cho đến khi rượu gần như bay hơi hoàn toàn.

c) Thêm đầu và vỏ tôm, tỏi, ớt bột và lá nguyệt quế rồi cho vào lò nướng trong 5 phút, khuấy đều.

d) Kết hợp cà chua với nó nước lạnh vào tô trộn. Thêm muối và hạt tiêu cho vừa ăn . Thêm tôm vào và trộn bằng máy xay cho đến khi vỏ được nghiền mịn.

e) Đổ qua rây mịn vào chảo sạch, dùng mặt sau của thìa gỗ ấn xuống các mảnh vụn tôm để chiết xuất được nhiều hương vị nhất có thể.

f) Múc vào bát đã hâm nóng và rắc thêm hẹ và thêm một ít kem lên trên. Phục vụ ngay.

THÀNH PHẦN:

- 2 muỗng canh dầu ô liu
- 2 muỗng canh bơ không muối
- 2 củ tỏi tây, chỉ lấy phần màu trắng và xanh nhạt, rửa sạch và thái hạt lựu
- 2 tép tỏi, băm nhỏ
- Muối và hạt tiêu đen mới xay
- Khoảng 1 pound khoai tây, thái hạt lựu vừa
- 3 củ cà rốt vừa hoặc 2 củ lớn, cắt thành lát ¼ inch
- 4 cọng cần tây, cắt thành lát ¼ inch
- 2 quả bí màu vàng vừa, cắt đôi theo chiều dọc và cắt chéo thành hình bán nguyệt ¼ inch
- 1 quả bí xanh, cắt đôi theo chiều dọc và cắt chéo thành hình bán nguyệt ¼ inch
- 8 ounce đậu xanh, cắt bỏ đầu, cắt thành miếng ½ inch
- 1 pound đậu Hà Lan đông lạnh (hoặc tươi nếu bạn có chúng)
- 3½ chén đậu nấu chín với nước nấu, tự làm, hoặc 2 lon đậu (15 ounce) , không ráo nước
- 2 chén nước dùng gà
- Vỏ Parmesan
- 1 (28-ounce) lon cà chua nguyên vỏ, nghiền bằng tay
- Pasta và phục vụ
- Muối
- 3 đến 4 ounce mì ống khô mỗi người, chẳng hạn như orecchiette hoặc vỏ vừa
- Parmigiano-Reggiano mới bào hoặc phô mai cứng tùy theo lựa chọn của bạn
- Dầu ôliu siêu nguyên chất
- Húng quế tươi xé toạc

HƯỚNG DẪN:

a)   Trong nồi súp có đáy dày, đun nóng dầu ô liu và bơ trên lửa vừa-thấp (mục đích ban đầu là tạo hương vị từ từ). Khi bơ tan chảy, thêm tỏi tây và tỏi vào và để chúng đổ mồ hôi từ từ. Nêm chúng với muối và hạt tiêu; thỉnh thoảng khuấy (và làm quen với bước này, vì bạn sẽ làm như vậy mỗi khi thêm nguyên liệu mới) cho đến khi chúng héo và mềm, khoảng 4 phút.

b)   Nhận xét mùi nhà bếp tuyệt vời như thế nào, sau đó thêm khoai tây, nêm muối và hạt tiêu, khuấy đều và nấu cho đến khi chúng bắt đầu kêu xèo xèo trên chảo. Thêm cà rốt, nêm gia vị và khuấy đều. Lúc này chảo sẽ bắt đầu đông lại, vì vậy bạn có thể tăng nhiệt lên mức trung bình.

c)   Lặp lại các bước này, thêm từng nguyên liệu mới, nêm gia vị, khuấy đều và để lửa xèo xèo trước khi chuyển sang món tiếp theo, thêm theo thứ tự sau: cần tây, bí vàng, bí xanh, đậu xanh và đậu Hà Lan. Nó gần giống như bạn đang làm nhân bánh nướng trong nồi rau củ.

d)   Thêm đậu, bao gồm cả chất lỏng, nêm gia vị và khuấy đều. Đổ 2 cốc nước và nước luộc gà vào. Tăng nhiệt lên mức trung bình cao và thêm vỏ Parmesan, thỉnh thoảng khuấy cho đến khi hỗn hợp sôi. Cuối cùng, thêm cà chua và nước ép của chúng, nêm (vâng, một lần nữa) với muối và hạt tiêu, rồi đun sôi cả nồi.

e)   Giảm nó xuống lửa nhỏ và đậy nắp nồi. Tiếp tục đun nhỏ lửa, thỉnh thoảng khuấy cho đến khi nó đặc lại thành món hầm thịnh soạn, khoảng 3 giờ. Nêm nếm gia vị và điều chỉnh sao cho phù hợp.

f)   Nấu mì: Đun sôi một nồi nước. Muối nước độc đáo. Thêm lượng mì ống bằng với số khẩu phần minestrone mà bạn dự định ăn và nấu cho đến khi chín tới theo hướng dẫn trên bao bì. Xả mì ống và cho lại vào nồi. Múc đủ minestrone sao cho giống súp với mì ống và để hỗn hợp sôi cùng nhau trong khoảng 30 giây.

g)   Để phục vụ, hãy múc minestrone vào bát và phủ phô mai, dầu ô liu và húng quế lên trên mỗi món. Ăn ngay lập tức.

h)   Để nguội hoàn toàn phần minestrone còn thừa (không có mì ống) và bảo quản trong tủ lạnh tối đa 7 ngày hoặc trong tủ đông trong vài tháng.

THÀNH PHẦN:

- 1 (12 ounce) lon Spam, thái hạt lựu
- 2 thìa bơ
- 1 củ hành tây nhỏ, thái nhỏ
- 2 tép tỏi, băm nhỏ
- ¼ chén bột mì đa dụng
- 4 chén nước luộc gà hoặc rau
- 1 chén cơm trắng đã nấu chín
- 2 chén bông cải xanh xắt nhỏ
- 1 cốc sữa
- 1 chén phô mai cheddar cắt nhỏ
- Muối và hạt tiêu cho vừa ăn

HƯỚNG DẪN:

a) Trong một nồi lớn, làm tan bơ trên lửa vừa.

b) Thêm Spam thái hạt lựu và xào cho đến khi có màu nâu nhạt. Loại bỏ Spam khỏi nồi và đặt nó sang một bên.

c) Trong cùng một nồi, thêm hành tây thái nhỏ và xào cho đến khi trong suốt.

d) Thêm tỏi băm vào và nấu thêm một phút nữa cho đến khi có mùi thơm.

e) Rắc bột mì đa dụng lên hành và tỏi, khuấy liên tục để tạo thành hỗn hợp roux.

f) Dần dần đổ nước luộc gà hoặc rau vào, khuấy liên tục để tránh vón cục.

g) Cho gạo trắng đã nấu chín và bông cải xanh cắt nhỏ vào nồi. Đun sôi hỗn hợp và đun trong khoảng 10-15 phút hoặc cho đến khi bông cải xanh mềm.

h) Khuấy sữa và phô mai cheddar cắt nhỏ, để chúng tan vào súp.

i) Nêm súp gạo bông cải xanh Spam với muối và hạt tiêu cho vừa ăn.

j) Múc súp ra bát và thưởng thức như một bữa ăn béo ngậy và thịnh soạn!

THÀNH PHẦN:

- 2 muỗng canh dầu ô liu
- 1 tép tỏi, xắt nhỏ
- ¼ chén hành trắng thái hạt lựu
- 2 cọng cần tây, thái hạt lựu
- 1 củ cà rốt vừa, thái hạt lựu
- Muối và hạt tiêu đen mới xay
- ½ pound đậu khô
- 1½ chén rau xanh thái hạt lựu vừa
- 1 chén Miso-Spinach Pesto, hoặc nếm thử, ở nhiệt độ phòng

HƯỚNG DẪN:

a) Trong nồi súp có đáy nặng, đun nóng 1 thìa dầu trên lửa vừa cao cho đến khi sủi bọt. Thêm tỏi, hành tây, cần tây và cà rốt. Nêm muối và hạt tiêu rồi xào cho đến khi chín, khoảng 3 phút.

b) Thêm đậu khô và thêm nước để ngập khoảng 3 inch. Đun nhỏ lửa và nêm muối sao cho nước có vị như có ít muối hơn nước dùng ngon. Đậy nắp nồi và đun nhỏ lửa cho đến khi đậu chín hoàn toàn, chú ý đến mực nước và duy trì mực nước cao hơn đậu ít nhất nửa inch. Bạn đang tìm kiếm đậu nấu chín và nước luộc không đặc như món hầm. Quá trình này có thể mất từ 1 đến 3 giờ, tùy thuộc vào loại đậu. Khi đậu đã sẵn sàng, hãy lấy nồi ra khỏi bếp.

c) Trong chảo xào, đun nóng 1 muỗng dầu còn lại trên lửa vừa cao. Thêm rau xanh và nêm muối và hạt tiêu. Nấu chúng cho đến khi chúng vừa chín tới và vẫn còn dư vị, thỉnh thoảng khuấy trong khoảng 2 phút.

d) Cho rau đã xào vào nồi đậu rồi đảo đều, nêm nếm gia vị và điều chỉnh nếu cần (lưu ý rằng pesto có muối).

e) Múc súp ra bát, trên cùng là một ít sốt pesto. Ăn ngay, khuấy đều sốt pesto khi ăn.

THÀNH PHẦN:

- 1 muỗng canh wakame khô
- 3½ cốc Dashi chay
- ¼ chén tương miso đỏ (hoặc bất kỳ loại miso nào bạn có)
- ¾ cốc nấm thái lát mỏng (nấm nút, nấm hương hoặc nấm cremini) hoặc nấm sồi nguyên con
- 10 ounce , lý tưởng nhất là mềm, để ráo nước và cắt thành khối vừa ăn
- Muối
- 1 củ hành, thái lát mỏng
- sanshō xay , tiêu trắng hoặc tiêu đen (tùy chọn)

HƯỚNG DẪN:

a)   Đặt wakame vào tô vừa và thêm nước lạnh để ngập khoảng 1 inch. Hãy ngồi để bù nước.

b)   Trong khi đó, trong một cái chảo vừa, đun nóng dashi trên lửa vừa cho đến khi ấm. Đặt tương miso vào tô vừa (hoặc vào muôi súp lớn) và thêm 2 đến 3 thìa dashi. Đánh nhẹ nhàng cho đến khi hòa quyện hoàn toàn - điều này sẽ làm loãng miso và giữ cho nó không bị vón cục trong súp - sau đó thêm từng chút một vào nồi, khuấy liên tục.

c)   Đun sôi nồi súp rồi cho nấm và đậu phụ vào, đun nhỏ lửa cho đến khi nấm vừa chín và đậu phụ ấm hoàn toàn, khoảng 2 phút. Xả wakame và thêm nó vào nồi.

d)   Nếm thử gia vị trong súp và điều chỉnh lượng muối nếu cần. Múc nó vào bát, phủ lên trên một chút hành lá và rắc sanshō , hạt tiêu trắng hoặc đen nếu dùng.

THÀNH PHẦN:

- 2 muỗng canh dầu ô liu
- 1 muỗng canh bơ không muối
- 1 chén hành trắng thái hạt lựu (hoặc bất kỳ củ hành nào)
- 3 tép tỏi, thái nhỏ
- 1 quả ớt serrano , thái hạt lựu
- Muối và hạt tiêu đen mới xay
- 1 quả bí xanh, thái hạt lựu
- 1 quả bí vàng, thái hạt lựu
- 1 bó cải xoăn (khoảng 12 lá), bỏ cuống và gân, lá cắt nhỏ
- 1 pound thịt bò xay (tỉ lệ mỡ bao nhiêu cũng được)
- 3 thìa ớt bột
- 1 thìa cà phê thì là xay
- 1 thìa cà phê bột tỏi
- 1 chén đậu lăng đỏ, rửa sạch
- 1¾ chén đậu nấu chín với nước nấu (tôi thích thận đỏ hơn, nhưng loại nào cũng được), tự làm hoặc 1 (15 ounce) đậu lon, không ráo nước
- 4 chén nước luộc gà
- 1 (28-ounce) lon cà chua nguyên vỏ, nghiền bằng tay
- Tùy chọn đứng đầu
- Hành trắng thái hạt lựu
- Thân rau mùi thái lát
- Kem chua
- Phô mai cheddar sắc nét bào
- Sữa chua
- Một vắt nước cốt chanh

HƯỚNG DẪN:

a) Trong lò Hà Lan, đun nóng dầu và bơ trên lửa vừa cho đến khi bơ tan chảy. Thêm hành, tỏi và ớt tươi . Nêm muối và hạt tiêu đen và thỉnh thoảng khuấy đều cho đến khi hành vừa héo, khoảng 3 phút.

b) Thêm bí ngòi và bí vàng vào rồi nêm muối, sau đó khuấy đều. Khi nồi đã sôi trở lại, cho cải xoăn vào, nêm muối và khuấy đều. Khi cải xoăn đã héo một chút, thêm thịt bò xay, bột ớt, thì là và bột tỏi vào. Nêm thịt bò với muối và hạt tiêu đen rồi khuấy đều mọi thứ với nhau. Không có lý do gì để cố gắng làm chín thịt bò trong món ăn này - chỉ cần khuấy đều để thịt không bị nấu thành từng khối lớn.

c) Cho đậu lăng đỏ vào và tiếp tục khuấy cho đến khi chúng quyện đều và bắt đầu kêu xèo xèo trong chảo. Tiếp tục nấu, thỉnh thoảng khuấy đều cho đến khi thịt bò chín màu.

d) Thêm đậu và nước luộc gà vào rồi tăng lửa lên cao. Sau khi sủi bọt, giảm lửa ở mức lửa nhỏ, đậy nắp và tiếp tục đun nhỏ lửa cho đến khi đậu lăng mềm, chú ý đến lượng chất lỏng và thêm nước nếu cần - nếu chất lỏng quá đặc, đậu lăng đỏ sẽ mất nước. nấu ăn rất lâu. Việc này có thể sẽ mất khoảng 30 phút.

e) Khi đậu lăng đã mềm, thêm cà chua nghiền vào. Cho ớt vào đun nhỏ lửa, đậy nắp và nấu trong 1 giờ, khuấy đều đáy nồi (đậu lăng đỏ đôi khi thích dính đáy). Bạn sẽ có được một hỗn hợp đặc sệt, đậm đà như món hầm. Hãy nếm thử gia vị và điều chỉnh khi cần thiết.

f) Phục vụ nó trong bát với lớp phủ bên trên mà bạn chọn.

THÀNH PHẦN:

- 7 chén nước luộc gà
- Muối
- 8 ounce thịt gà nấu chín, xé bằng tay (khoảng 1 cốc; xem Lưu ý)
- 2 củ cà rốt vừa, cắt thành hình tròn khoảng ½ inch (khoảng 1 cốc)
- 3 cọng cần tây, cắt thành miếng khoảng ½ inch (khoảng 2 cốc)
- 1 chén hành tây vàng xắt nhỏ (từ củ hành nhỏ đến vừa)
- 1 (8 ounce) khoai tây nâu đỏ, thái hạt lựu vừa
- Mì và Phục vụ
- Muối
- 12 ounce mì trứng cực rộng hoặc mì khô bột báng ngắn, chẳng hạn như vỏ vừa hoặc orecchiette
- Rau mùi tây lá phẳng tươi thái nhỏ
- Phô mai Parmigiano-Reggiano mới bào
- Hạt tiêu vừa mới nghiền

HƯỚNG DẪN:

a)   Trong một cái chảo 4 lít, đun sôi nước luộc gà ở lửa vừa. Nêm muối cho vừa ăn - thậm chí có thể hơi mặn quá vì rau và thịt gà sẽ thấm nhiều gia vị đó. Thêm thịt gà, cà rốt, cần tây, hành tây và khoai tây vào rồi đun nhỏ lửa. Giảm nhiệt xuống mức lửa vừa, đậy nắp và nấu cho đến khi rau hết giòn nhưng không bị nhão, khoảng 20 phút. Nếm thử gia vị trong súp và thêm muối nếu cần. Sau khi rau đã chín, bạn có thể tắt bếp và đậy nắp cho đến khi sẵn sàng nấu mì.

b)   Nấu mì: Khi đến giờ ăn, hãy đun sôi một nồi nước mì đã pha nhiều muối. Thêm mì trứng và nấu chín tới theo hướng dẫn trên bao bì. Để ráo nước và chia chúng vào bát—Tôi thích có một lượng mì vừa phải trong bát của mình, vì vậy tôi có xu hướng đổ mì vào khoảng nửa bát. Nhưng mọi người đều có thể làm điều này theo sở thích cá nhân của mình.

c)   Múc súp nóng lên mì, đảm bảo có nhiều nước dùng. Rắc thêm mùi tây, phô mai Parmesan và vài hạt tiêu đen lên trên bát. Ăn ngay.

d)   Thức ăn thừa được hâm nóng khá kỹ—chỉ cần đảm bảo rằng bạn không giữ mì trứng trong nồi cùng với nước dùng trong bất kỳ trường hợp nào. Bảo quản mì và súp còn thừa riêng biệt.

THÀNH PHẦN:

- ½ pound thịt xông khói, xắt nhỏ
- 1 củ hành vàng lớn, thái hạt lựu
- 2 củ cà rốt vừa, gọt vỏ và thái hạt lựu
- 2 cọng cần tây, thái hạt lựu
- 2½ chén nước dùng hải sản
- 2 củ khoai tây đỏ lớn, gọt vỏ và thái hạt lựu
- 3 tép tỏi, băm nhỏ
- ¾ cốc (1½ que) bơ mặn
- ¾ chén bột mì đa dụng
- 2 cốc kem đặc
- 2 cốc sữa nguyên chất
- 1 cốc nghêu băm
- ½ chén thịt cua
- 2 thìa cà phê muối kosher
- 1 thìa cà phê tiêu đen xay
- ½ pound tôm sống vừa, bóc vỏ và bỏ chỉ
- 2 muỗng canh mùi tây tươi xắt nhỏ

HƯỚNG DẪN

a) Cho thịt xông khói vào nồi lớn và vặn lửa vừa. Nấu thịt xông khói cho đến khi nó giòn. Sau đó lấy thịt ra khỏi nồi, để lại mỡ trong nồi rồi đặt thịt xông khói sang một bên.

b) Thêm hành tây, cà rốt và cần tây vào nồi. Nấu cho đến khi chúng mềm và đẹp thì đổ nước luộc hải sản vào. Thêm khoai tây và tỏi vào đun nhỏ lửa trong khoảng 15 phút, vẫn ở lửa vừa.

c) Trong khi nấu, cho bơ vào chảo vừa, cho bơ vào và đun chảy ở lửa vừa. Rắc bột mì vào và đánh đều. Nấu trong 3 phút, khuấy liên tục, sau đó đổ kem và sữa vào. Nhớ đánh đều để không bị vón cục nhé!

d) Đổ hỗn hợp bơ và bột vào nồi lớn cùng với các nguyên liệu khác và khuấy đều. Thêm nghêu, cua, muối và hạt tiêu đen. Trộn các thành phần, sau đó giảm nhiệt xuống thấp.

e) Thêm tôm và thịt xông khói vào, khuấy đều. Đun nhỏ lửa trong 15 phút. Rắc mùi tây tươi lên trên trước khi dùng.

THÀNH PHẦN:

- 6 chén nước luộc gà
- 2 chén thịt lợn nướng BBQ nấu chậm
- 2 chén thịt gà xắt nhỏ, nấu chín
- 2 chén đậu lima đông lạnh hoặc khô
- 3 củ khoai tây nâu vừa, gọt vỏ và thái hạt lựu
- 1 (14-ounce) lon cà chua thái hạt lựu trong nước ép cà chua
- 1 củ hành đỏ lớn, thái hạt lựu
- 1½ chén đậu Hà Lan và cà rốt đông lạnh
- 1½ cốc đậu bắp đông lạnh
- 1 cốc ngô đông lạnh
- 1 chén sốt BBQ hickory
- 3 tép tỏi, băm nhỏ
- 2 muỗng canh sốt Worcestershire
- 2½ thìa cà phê muối nêm
- 1 thìa cà phê tiêu đen xay
- ½ thìa cà phê thì là xay

HƯỚNG DẪN

a)   Thêm tất cả nguyên liệu vào nồi nấu chậm 6 lít. Khuấy cho đến khi mọi thứ được kết hợp tốt. Đậy nắp nồi nấu chậm và đặt nhiệt ở mức thấp.

b)   Nấu trong 5 giờ, sau đó phục vụ. Thức ăn thừa có thể bảo quản trong hộp kín trong tủ lạnh tối đa 5 ngày.

THÀNH PHẦN:

- 1¼ chén dầu thực vật, chia
- 1 pound đùi gà không xương, không da
- 2 thìa cà phê muối nêm, chia đều
- 1½ muỗng cà phê tiêu đen xay, chia
- 1 muỗng cà phê gia vị gia cầm
- 1 thìa cà phê bột hành
- 1 thìa cà phê bột tỏi
- 2 lít nước luộc gà, chia
- 1½ chén cần tây xắt nhỏ
- 2 quả ớt chuông xanh lớn, xắt nhỏ
- 1 củ hành vàng lớn, xắt nhỏ
- 2 thìa cà phê tỏi băm
- ½ chén bột mì đa dụng
- 1 pound xúc xích andouille, xắt nhỏ
- 1 (14-ounce) lon cà chua thái hạt lựu
- 3 đến 4 lá nguyệt quế
- ½ pound đậu bắp, xắt nhỏ
- 1 chén tôm khô
- 2 pound cua hoàng đế Alaska
- 1 pound tôm lớn, bóc vỏ và bỏ chỉ
- 2½ thìa cà phê gumbo file xay
- Rau mùi tây tươi cắt nhỏ để trang trí

HƯỚNG DẪN

a)   Trong chảo vừa trên lửa vừa, đổ ¼ cốc dầu thực vật vào. Khi dầu đã nóng, cho đùi gà vào chảo. Ướp gà với 1 thìa cà phê muối hạt nêm, ½ thìa cà phê tiêu đen, hạt nêm gia cầm, bột hành, bột tỏi. Chiên vàng mỗi mặt gà khoảng 5 phút mỗi mặt, sau đó đổ ½ cốc nước luộc gà vào. Đậy nắp chảo và để gà nấu cho đến khi chín hoàn toàn, khoảng 15 phút. Sau khi hoàn tất, lấy gà ra khỏi chảo và đặt sang một bên trên đĩa.

b)   Trong cùng một chiếc chảo, thêm cần tây, ớt chuông và hành tây vào nấu trong 2 phút. Thêm tỏi vào và nấu cho đến khi rau củ trong suốt và đẹp mắt thì tắt bếp.

c)   Trong nồi lớn đun trên lửa vừa, đổ 1 cốc dầu thực vật còn lại vào. Khi dầu đã nóng, bắt đầu rắc từng ít bột mì vào. Khuấy liên tục để tránh vón cục và nấu cho đến khi roux chuyển sang màu nâu bơ đậu phộng, khoảng 30 phút.

d)   Khi roux đã đẹp và có màu nâu, từ từ đổ nước luộc gà còn lại vào. Thêm rau, thịt gà và xúc xích đã nấu chín vào. Khuấy đều mọi thứ rồi rắc 1 thìa cà phê muối và 1 thìa tiêu đen còn lại vào. Thêm cà chua và lá nguyệt quế. Khuấy, đậy nắp, sau đó nấu trong khoảng 20 phút.

e)   Thêm đậu bắp cắt nhỏ và tôm khô vào. Khuấy, đậy nắp và đun nhỏ lửa trong 20 phút nữa.

f)   Bây giờ thêm cua. Đảm bảo rằng cua và các nguyên liệu khác được phủ đều trong nước dùng. Đun nhỏ lửa thêm 20 phút nữa thì cho tôm sống vào. Khuấy các thành phần và giảm nhiệt xuống thấp.

g)   Rắc gumbo file vào , khuấy đều và nấu trong 7 phút. Tắt lửa và để gumbo ngồi trong vài phút. Trang trí với rau mùi tây và dùng với cơm trắng hoặc bánh ngô.

THÀNH PHẦN:

- ½ cốc bơ mặn
- ½ chén bột mì đa dụng
- 1 muỗng canh dầu thực vật
- 1 quả ớt chuông xanh lớn, thái hạt lựu
- ½ củ hành vừa, thái hạt lựu
- 2 cọng cần tây, thái hạt lựu
- 3 tép tỏi, băm nhỏ
- 1 (14-ounce) lon cà chua thái hạt lựu
- 1 muỗng canh bột cà chua
- 2 chén nước luộc gà hoặc nước luộc hải sản
- 2 nhánh húng tây tươi và nhiều hơn nữa để trang trí
- 1½ thìa cà phê gia vị Creole
- 1 thìa cà phê sốt Worcestershire
- ½ muỗng cà phê tiêu đen xay
- ½ muỗng cà phê ớt đỏ
- 2 pound tôm tươi sống, bóc vỏ và bỏ chỉ
- 2 chén cơm trắng đã nấu chín

HƯỚNG DẪN

a) Trong một cái chảo lớn trên lửa vừa, làm tan chảy bơ. Sau khi bơ tan chảy, thêm bột mì vào và đánh đều cho đến khi mọi thứ hòa quyện. Nấu roux cho đến khi nó có màu nâu đậm đẹp mắt trong vòng 10 đến 15 phút, nhưng hãy nhớ đừng để nó bị cháy!

b) Thêm ớt chuông, hành tây, cần tây và tỏi vào. Nấu cho đến khi rau mềm, từ 3 đến 5 phút. Sau đó thêm cà chua thái hạt lựu và bột cà chua. Từ từ đổ nước dùng vào và cho húng tây tươi vào. Trộn cho đến khi mọi thứ hòa quyện vào nhau, sau đó rắc gia vị Creole, sốt Worcestershire, hạt tiêu đen và ớt đỏ. Khuấy các nguyên liệu và nấu trong 5 phút ở lửa vừa cao.

c) Từ từ bắt đầu thêm tôm vào và khuấy đều. Giảm nhiệt xuống thấp và nấu thêm 5 phút nữa. Loại bỏ các nhánh húng tây. Trang trí với húng tây và dùng với cơm nóng.

THÀNH PHẦN:

- ½ chén bột mì đa dụng
- 3½ thìa cà phê muối nêm
- 2 thìa cà phê ớt bột
- ½ muỗng cà phê tiêu đen xay
- 4 pound đuôi bò, đã lọc mỡ
- ¼ chén dầu thực vật
- 1 củ hành vàng lớn, xắt nhỏ
- 1 lon (14,5 ounce) cà chua thái hạt lựu
- 4 tép tỏi
- 3 nhánh húng tây tươi
- 3 lá nguyệt quế
- 1 (6-ounce) lon bột cà chua
- 1 lít (32 ounce) nước luộc thịt bò
- 1 pound cà rốt baby
- 1½ pound khoai tây đỏ non, xắt nhỏ

HƯỚNG DẪN

a)   Lấy một túi cấp đông có khóa zip lớn và thêm bột mì, muối nêm, ớt bột và tiêu đen vào. Lắc túi để đảm bảo mọi thứ được kết hợp tốt. Bắt đầu thêm từng đuôi bò vào và lắc túi để phủ chúng. Sau khi đã phủ xong đuôi bò, hãy đặt chúng lên đĩa hoặc khay nướng.

b)   Trong một chảo lớn trên lửa vừa, đổ dầu thực vật vào. Khi dầu nóng, bắt đầu cho đuôi bò vào. Nâu vàng tất cả các bề mặt của đuôi bò, mỗi mặt khoảng 3 phút, sau đó lấy ra khỏi chảo và cho vào nồi nấu chậm 6 lít.

c)   Cho hành tây vào chảo và nấu cho đến khi mềm. Cho đuôi bò vào nồi nấu chậm cùng với cà chua, tỏi, húng tây và lá nguyệt quế.

d)   Trong một tô lớn, trộn bột cà chua và nước luộc thịt bò, trộn đều cho đến khi hòa quyện. Đổ hỗn hợp này vào nồi nấu chậm, đặt nồi nấu chậm ở mức thấp và nấu trong 6 giờ.

e)   Thêm cà rốt và khoai tây, khuấy đều và nấu thêm 2 giờ nữa. Sau đó phục vụ và thưởng thức!

nước dùng và nước kho

nước dùng và nước kho

THÀNH PHẦN:

- 2 pound đầu hoặc thân cá
- Muối để nếm
- 7 – 8 lít nước + thêm để chần
- Gừng 2 inch, thái lát
- 2 thìa nước cốt chanh

HƯỚNG DẪN:

a) Để chần cá: Cho nước và đầu cá vào nồi lớn. Đặt nồi trên lửa cao.

b) Khi sôi thì tắt bếp và chắt bỏ nước.

c) Đặt cá trở lại nồi. Đổ 7-8 lít nước.

d) Đặt nồi trên lửa cao. Thêm gừng, muối và nước cốt chanh.

e) Khi hỗn hợp sôi, giảm nhiệt và đậy nắp lại. Đun nhỏ lửa trong 4 giờ.

f) Loại bỏ khỏi nhiệt. Khi nguội, lọc vào lọ lớn có lưới lọc.

g) Để tủ lạnh được 5-6 ngày. Nước dùng không sử dụng có thể được đông lạnh.

THÀNH PHẦN:

- 16 ounce nước sốt cà chua
- 1 quả ớt đỏ
- 1 thìa cà phê muối
- 1 bắp cải, xắt nhỏ
- 15 ounce đậu Hà Lan
- 1 pound thịt bò hầm, cắt khối
- 1 thìa cà phê tiêu
- 7 cốc nước
- 2 xương nước luộc bò
- 4 củ khoai tây, cắt khối
- 4 củ cà rốt, xắt nhỏ
- 17 ounce ngô nguyên hạt

HƯỚNG DẪN:

a) Kết hợp các thành phần trong Crockpot.
b) Nấu ở mức thấp trong 3 giờ.

THÀNH PHẦN:

- 1 cốc cộng với 1 muỗng canh giấm trắng chưng cất, chia
- 1 pound thịt bò, cắt khối và rửa sạch trong giấm
- 2 củ cải, thái nhỏ
- 1 nắp ca-pô Scotch xanh hoặc ớt habanero
- 1 pound thịt bò hầm, cắt khối và rửa sạch trong giấm
- 1 chén gia vị Epis
- 1 quả bí calabaza vừa , gọt vỏ và cắt khối
- 3 củ khoai tây màu nâu đỏ, thái nhỏ
- 3 thìa nước cốt chanh tươi
- 1 thìa muối nêm
- 15 chén nước luộc thịt bò hoặc rau củ, chia đều
- 1 pound xương bò
- 3 củ cà rốt, thái lát
- ½ bắp cải xanh, thái lát rất mỏng
- 1 củ hành tây, thái lát
- 1 cọng cần tây, thái nhỏ
- 1 củ tỏi tây, chỉ lấy phần màu trắng và xanh nhạt, thái nhỏ
- 1 nhánh húng tây
- 2 muỗng canh dầu ô liu
- 1½ cốc Rigatoni
- 6 củ đinh hương
- 1 thìa cà phê bột tỏi
- 1 thìa cà phê bột hành
- 2 ½ muỗng cà phê muối kosher, và nhiều hơn nữa
- ½ thìa cà phê tiêu đen mới xay, và nhiều hơn nữa
- Một chút ớt cayenne và nhiều hơn nữa
- 1 nhánh mùi tây
- 1 muỗng canh bơ không muối

PHỤC VỤ

- Bánh mì giòn

HƯỚNG DẪN:

a) Kết hợp nước cốt chanh, muối nêm và Gia vị Epis.

b) Thêm thịt bò vào và ướp ít nhất 30 phút hoặc qua đêm.

c) Trong một nồi nước dùng thật lớn, đun nóng 5 cốc nước dùng trên lửa vừa.

d) Cho thịt bò đã ướp và xương vào, đậy nắp đun nhỏ lửa khoảng 40 phút.

e) Cho bí vào nồi đặt lên trên thịt bò, đậy nắp lại và nấu trong 20 đến 25 phút hoặc cho đến khi chín mềm.

f) Chuyển Squash vào máy xay sinh tố. Thêm 4 cốc nước dùng và xay nhuyễn cho đến khi mịn.

g) Đem trở lại nồi và đun nhỏ lửa.

h) Thêm 6 cốc nước dùng còn lại, khoai tây, cà rốt, bắp cải, hành tây, cần tây, tỏi tây, củ cải, ớt, Rigatoni, đinh hương, bột tỏi, bột hành, muối, hạt tiêu, một chút ớt cayenne và các loại rau còn lại.

i) Đun nhỏ lửa trong 30 phút.

j) Thêm dầu, bơ và muỗng canh giấm cuối cùng.

k) Hầm thêm 15-20 phút ở lửa vừa thấp hoặc cho đến khi thịt bò cực kỳ mềm.

l) Dọn nước dùng ra bát với bánh mì để bên cạnh.

THÀNH PHẦN:

- 6 cốc Nước
- 1 pound rưỡi Có mùi, toàn bộ; làm sạch tốt
- 1 Hành tây, thuốc
- 1 Cà rốt, lớn; bóc vỏ làm tư
- 1 Tỏi tây (chỉ màu trắng)
- 1 Thân cây cần tây; với lá
- 1 Rau mùi tây; bóc vỏ
- 1 Bouquet Garni
- Muối; nếm thử
- 1 bảng Trang trí cá hồi
- ¾ cốc Rượu vang trắng, khô
- 3 Khoai tây, mới
- 2 Cà rốt, mỏng; bóc vỏ
- 1 Lòng trắng trứng
- 1 Vỏ trứng; nghiền
- 1 bảng Phi lê cá hồi, bỏ da
- 5 muỗng canh Hành lá; băm nhỏ
- Những lát chanh, mỏng

HƯỚNG DẪN:

- Trong một nồi lớn, cho nước, mùi thơm, hành tây, cà rốt cắt thành từng miếng, tỏi tây, cần tây, rau mùi tây, bó hoa trang trí , muối và hạt tiêu, rồi đun sôi ở nhiệt độ cao, thỉnh thoảng hớt bọt khi nó nổi lên. đứng đầu.

- Đậy nắp nồi, giảm nhiệt và đun nhỏ lửa trong 35 phút. Lọc nước kho qua rây mịn cho vào nồi sạch, dùng mặt sau thìa ấn chất rắn để chiết được càng nhiều chất lỏng càng tốt. Loại bỏ chất rắn.

- Đun nóng nước kho và thêm thịt cá hồi, rượu vang, khoai tây và cà rốt thái mỏng. Đun sôi, sau đó giảm nhiệt xuống thấp và đun nhỏ lửa, đậy nắp cho đến khi rau mềm khoảng 25 phút. Lọc nước kho vào nồi sạch, loại bỏ tất cả chất rắn ngoại trừ khoai tây và cà rốt.

- Rửa sạch khoai tây và cà rốt, cẩn thận để không nghiền nát và đặt sang một bên. Đưa kho về lửa nhỏ và đun nhỏ lửa trong vài phút. Thêm lòng trắng trứng và vỏ và tăng nhiệt lên mức trung bình cao.

- Đun sôi, đánh liên tục bằng máy đánh trứng. Khi nước sôi, lòng trắng trứng sẽ bắt đầu nổi lên trên bề mặt. Lúc này, tắt lửa và để yên trong năm phút. Lót một lớp vải mỏng ẩm vào một cái chao và lọc nước kho vào một cái nồi sạch.

- Thêm phi lê cá vào kho và đun trên lửa vừa-thấp cho đến khi chín; năm phút. Hương vị và điều chỉnh các gia vị. Cắt đôi số khoai tây dành riêng và cắt chúng thành từng miếng. Cắt cà rốt thành hạt lựu mịn.

- Chia phi lê cá cho sáu bát súp. Thêm một vài miếng khoai tây và cà rốt thái hạt lựu vào mỗi bát. Múc nước kho vào bát, rắc hành lá và trang trí bằng lát chanh.

THÀNH PHẦN:

- 1 hành lá, xắt nhỏ
- 1 gói xương đuôi bò gồm cả thịt
- Gia vị cho vừa ăn
- 1 ½ gallon nước

HƯỚNG DẪN:

a) Cho đuôi bò vào tô chứa nước rồi ngâm, loại bỏ máu thừa, thay nước 2-3 lần.

b) Khi đã sẵn sàng, cho xương vào nồi lớn và đổ 1 ½ gallon nước vào.

c) Đặt lên bếp nấu tối thiểu 6 tiếng, nấu càng lâu thì thịt và vị càng ngon.

d) Trong khi nấu, hãy hớt bớt lớp dầu nổi lên trên, giữ mực nước ở mức khoảng 1 gallon trong khi nấu.

e) Sau khi hoàn thành, màu sắc sẽ trông như kem.

f) Chỉnh lại gia vị.

g) Dọn ra bát cùng với đuôi bò và rắc hành lá xắt nhỏ lên trên.

THÀNH PHẦN:

- 1 củ cà rốt vừa (gọt vỏ và cắt nhỏ)
- ½ củ hành tây (gọt vỏ và cắt nhỏ)
- ½ quả táo (bỏ lõi, gọt vỏ và cắt nhỏ)
- 1 cọng cần tây (cắt thô)
- 3 tép tỏi (bóc vỏ)
- 120ml dầu dừa
- 2 muỗng canh dầu mè
- 340 g thịt xay
- 2 muỗng cà phê gừng tươi (thái lát)
- 1 thìa cà phê siracha
- 2 muỗng canh nước tương
- 1 muỗng cà phê giấm táo
- 1 thìa cà phê muối
- 1 muỗng canh mè
- 175ml tương miso
- 175ml miso đỏ
- 475 ml nước luộc gà hoặc rau củ

HƯỚNG DẪN:

f)   Móc nhuyễn cà rốt, hành tây, táo và cần tây.

g)   Cho dầu dừa và 1 thìa dầu mè vào chảo lớn trên lửa vừa. Sau đó, các loại rau và trái cây cắt nhỏ được chiên trên chảo khoảng 10-12 phút, cho đến khi hành tây trong suốt và táo có màu nâu nhạt. Sau đó giảm nhiệt một chút.

h)   Thêm mật ong vào chảo và đợi khoảng 8-10 phút cho đến khi mật ong không còn màu hồng nữa. Thêm gừng, nước tương, giấm táo và muối và khuấy đều mọi thứ.

i)   Cho toàn bộ hỗn hợp vào máy xay thực phẩm cho đến khi thịt được xay mịn.

j)   Thêm hạt mè và miso vào hỗn hợp và khuấy đều. Tính nhất quán phải giống như một hỗn hợp sệt. Điều này tạo ra nền tảng miso.

k)   Đun sôi nước luộc rau hoặc gà. Thêm 6 muỗng cà phê nền miso.

l)   Cho nước dùng đã làm sẵn vào hai tô (mỗi tô khoảng 235 ml) và thêm mì ống và lớp phủ lên trên theo ý muốn.

THÀNH PHẦN:

- Seabura (thăn lợn nấu chín)
- 700 g thịt lợn, cắt thành dải
- Nước

nước dùng TONKOTSU

- 225 g chân gà (rửa sạch, bỏ da và bỏ ngón chân)
- 3,6 – 4,5 kg thịt đùi lợn (gãy, lấy tủy)
- 455 g khoai tây (gọt vỏ và cắt nhỏ)
- 4,7 lít nước
- Shiodare (vì vị mặn)
- 1 miếng kombu hình chữ nhật lớn
- 2 nấm Shiitake khô nhỏ (nghiền)
- 946ml nước
- 2 muỗng cà phê vảy cá ngừ
- 300g vỏ thảm
- 140 g muối
- Shoyu dám (vì hương vị nước tương)

HƯỚNG DẪN:

a) Trước khi bắt đầu, hãy chuẩn bị chashu .

b) Bắt đầu với Seabura : cho thăn lợn vào nồi và đổ ngập nước. Đun sôi nước một thời gian ngắn và để nhỏ lửa trong 4 giờ.

c) Nấu nước dùng Tonkotsu : Đun sôi nước trong một nồi riêng. Chần chân gà, lau khô rồi cho vào nồi áp suất cùng với thịt đùi lợn và khoai tây. Đậy mọi thứ bằng 4,7 lít nước. Đảm bảo nước và các nguyên liệu khác không đổ quá nửa nồi.

d) Đun nóng nồi cho đến khi hơi nước thoát ra khỏi van áp suất (quá trình này có thể mất tới 20 phút). Đợi khoảng. 10 phút cho đến khi nồi đầy hơi nước. Đặt nhiệt ở mức cao nhất và để nó nấu trong một giờ.

e) Làm Shiodare : Lấy một cái chảo vừa và đun sôi kombu, nấm hương và 950 ml nước. Giảm nhiệt và đun khoảng 5 phút. Lấy nấm kombu và nấm shiitake ra rồi chuyển chất lỏng vào một cái chảo sạch vừa.

f) Thêm mảnh cá ngừ vào chất lỏng, đun sôi. Để nó sôi trong 5 phút. Bóp các mảnh cá ngừ và lấy chúng ra khỏi nước dùng. Cho nước dùng vào một cái chảo vừa sạch.

g) Đun sôi nước dùng và thêm nghêu thảm vào. Để nó sôi trong 5 phút. Loại bỏ trai bằng rây. Chuyển một lít nước dùng sang nồi mới và thêm muối (140 g).

h) Sau một giờ, lấy nồi áp suất ra khỏi bếp và xả áp suất. Nghiền nát xương heo để lộ tủy. Nấu toàn bộ ở nhiệt độ thấp trong một giờ nữa, khuấy đi khuấy lại.

i) Thêm một thìa cà phê chashu và shiodare vào bát nước dùng mà bạn định dùng trong bữa ăn.

j) Lấy yên thịt lợn đang sôi ra khỏi bếp, đổ nước đi. Cắt thịt thành từng miếng nhỏ (khoảng 5 cm). Đẩy từng miếng thịt qua rây thô để băm nhỏ. Seabura đã sẵn sàng.

k) Lọc nước dùng ra khỏi nồi áp suất rồi cho vào nồi riêng và giữ ấm. Đun sôi lại nước dùng ngay trước khi dùng.

l) Cắt Chashu thành từng miếng 6 mm và chiên trên chảo cho đến khi giòn.

m) Để hoàn thành Nước dùng của bạn, hãy thêm Nước dùng Tonkotsu nóng hổi (235 ml) vào tô Nước dùng. Thêm một thìa cà phê Seabura vào mỗi khẩu phần. Thêm mì ống và lớp trên bề mặt theo ý muốn.

THÀNH PHẦN:

- 6 chén nước luộc thịt bò
- 2 củ hành tây (thái hạt lựu)
- 1 cọng cần tây (thái hạt lựu)
- 1 củ cà rốt (gọt vỏ và thái hạt lựu)
- 1 muỗng canh tỏi (băm nhỏ)
- ½ muỗng cà phê gừng (băm nhỏ)
- 1 muỗng cà phê dầu mè
- 1 chén nấm nút (thái lát rất mỏng)
- ½ chén hành lá (thái lát)
- nếm muối và hạt tiêu
- nếm thử nước tương (tùy chọn)
- nếm thử Sriracha (tùy chọn)

HƯỚNG DẪN:

a) Xào hành tây trong nồi với một ít dầu cho đến khi có màu hơi caramen. Khoảng 10 phút.

b) Thêm cà rốt, cần tây, tỏi và gừng, dầu mè và nước dùng. Nêm muối và tiêu cho vừa ăn.

c) Đun sôi rồi đun nhỏ lửa trong 30 phút.

d) Lọc rau ra khỏi nước dùng.

e) Cho một ít hành lá và nấm thái mỏng vào bát. Múc nước dùng lên trên.

f) Tùy chọn: Thêm một chút nước tương và sriracha cho vừa ăn.

THÀNH PHẦN:

- 1,1 pound xương heo, không có thịt, cắt thành miếng lớn
- 2 ¾ pound móng giò lợn, chỉ lấy phần chân, cắt thành từng miếng nhỏ
- 1 xác gà
- 5,3 ounce da heo
- 7 ½ lít nước và thêm để chần

HƯỚNG DẪN:

a)   Để chần xương: Lấy một cái nồi lớn. Cho chân giò lợn và xương heo vào. Đổ đủ nước ngập xương.

b)   Đặt nồi lên lửa vừa. Để nó sôi trong khoảng 10 phút. Loại bỏ khỏi nhiệt. Loại bỏ xương và để nó sang một bên.

c)   Đổ bỏ nước và rửa sạch nồi.

d)   Làm sạch xương khỏi cục máu đông và cặn bã bằng một con dao sắc. Hãy chắc chắn để loại bỏ tất cả của nó.

e)   Thêm 7,5 lít nước vào nồi lớn. Đun sôi. Thêm xương vào nồi. Ngoài ra, thêm da heo.

f)   Giảm nhiệt và để nó sôi.

g)   Ban đầu, váng sẽ bắt đầu nổi lên trên. Loại bỏ cặn bằng một cái thìa lớn và loại bỏ nó. Cắt bỏ cả mỡ thừa.

h)   Đậy nắp nồi và đun nhỏ lửa trong khoảng 12-15 giờ. Nước dùng sẽ giảm về số lượng và sẽ đặc hơn và hơi đục.

i)   Loại bỏ khỏi nhiệt. Khi nguội, lọc vào lọ lớn có lưới lọc.

j)   Để tủ lạnh được 5-6 ngày. Nước dùng không sử dụng có thể được đông lạnh.

k)   Cách dùng: Đun nóng thật kỹ. Thêm muối và hạt tiêu cho vừa ăn và phục vụ.

THÀNH PHẦN:

- 4 pound thịt bò Nước luộc xương
- 2 muỗng canh dầu ô liu
- 1 muỗng canh giấm táo
- 1 nhánh mùi tây tươi
- 1 cọng cần tây; cắt thành ba phần
- 1 củ hành tây nhỏ; chưa gọt vỏ và giảm một nửa
- 2 tép tỏi; băm nhỏ.
- 1 muỗng cà phê lá nguyệt quế khô
- ½ thìa cà phê hạt tiêu đen nguyên hạt
- 1 thìa cà phê muối kosher

HƯỚNG DẪN:

a) Bôi dầu ô liu lên khay nướng rồi đặt xương bò lên trên.

b) Nướng xương trong 30 phút trong lò nướng ở nhiệt độ 420 F. Lật xương lại và nướng thêm 20 phút nữa

c) Đổ nước vào nồi ngay dưới vạch tối đa một inch

d) Thêm tất cả các thành phần; trong đó có xương bò nướng, cho vào nước.

e) Đậy chặt nắp. Xoay tay cầm xả áp về vị trí bịt kín.

f) Chọn chức năng Thủ công; đặt ở áp suất cao và điều chỉnh thời gian thành 75 phút

g) Khi nó phát ra tiếng bíp; Tự nhiên Xả hơi trong 10 phút và mở nắp nồi liền.

h) Lọc nước dùng đã chuẩn bị qua lưới lọc và loại bỏ hết chất rắn, hớt bỏ lớp mỡ trên bề mặt và dùng nóng.

THÀNH PHẦN:

- 2 pound xương cừu
- ½ thìa cà phê tiêu trắng
- 1 muỗng cà phê ớt đỏ
- 2 thìa cà phê ớt bột
- ¼ chén giấm rượu vang đỏ
- ¼ chén cần tây, xắt nhỏ
- 5 tép tỏi
- 1 củ hành tây, thái lát
- 1 thìa cà phê muối

HƯỚNG DẪN:

a) Cho tất cả nguyên liệu vào nồi liền và đổ đủ nước ngập.

b) Đậy nắp nồi và nấu ở chế độ nấu chậm trong 6 giờ.

c) Để áp suất xả tự nhiên trong 10 phút sau đó xả áp bằng phương pháp xả nhanh.

d) Lọc nước dùng và bảo quản.

THÀNH PHẦN:

- 2 pound xương bò
- ½ muỗng cà phê húng quế khô
- 1 thìa cà phê hạt tiêu
- 4 tép tỏi
- ½ chén cọng cần tây, xắt nhỏ
- 2 muỗng canh giấm rượu vang đỏ
- 1 thìa cà phê muối biển

HƯỚNG DẪN:

a) Cho tất cả nguyên liệu vào nồi liền và đổ đủ nước ngập.

b) Đậy nắp nồi và nấu ở nhiệt độ cao trong 35 phút.

c) Để áp suất xả tự nhiên trong 10 phút sau đó xả áp bằng phương pháp xả nhanh.

d) Lọc nước dùng và bảo quản.

THÀNH PHẦN:

- 2 pound xương heo đã được chăn thả
- ½ cốc cà rốt; băm nhỏ.
- ½ chén ớt chuông
- ½ muỗng cà phê hạt tiêu đen nguyên hạt
- 8 cốc nước
- 1 muỗng cà phê lá nguyệt quế khô
- 1 nhánh mùi tây tươi
- ½ chén hành lá; băm nhỏ.
- 1 cọng cần tây; cắt thành ba phần
- 1 củ hành tây nhỏ; chưa gọt vỏ và giảm một nửa
- 1 thìa cà phê muối kosher

HƯỚNG DẪN:

a) Đổ nước vào nồi liền.

b) Thêm tất cả các thành phần vào nước. Đậy nắp nồi liền và vặn tay cầm xả áp về vị trí bịt kín.

c) Chọn chức năng Thủ công; đặt ở áp suất cao và điều chỉnh bộ hẹn giờ thành 20 phút

d) Khi nó phát ra tiếng bíp; Xả hơi tự nhiên trong 10 phút và mở nắp nồi liền

e) Lọc nước dùng đã chuẩn bị qua lưới lọc và loại bỏ hết chất rắn, hớt bỏ lớp mỡ trên bề mặt và dùng nóng.

THÀNH PHẦN:

1. 4 pound thịt bò Nước luộc xương
2. 1 chén ớt chuông đỏ
3. 2 muỗng canh dầu ô liu
4. 2 tép tỏi; băm nhỏ.
5. ¼ thìa cà phê ớt đỏ
6. 1 cọng cần tây; cắt thành ba phần
7. 1 củ hành tây nhỏ; chưa gọt vỏ và giảm một nửa
8. ½ thìa cà phê hạt tiêu đen nguyên hạt
9. ¼ thìa cà phê bột nghệ
10. 1 thìa cà phê muối kosher

HƯỚNG DẪN:

a) Thoa dầu ô liu lên khay nướng rồi đặt xương bò lên trên

b) Nướng xương trong 30 phút trong lò nướng ở nhiệt độ 420 F. Lật xương lại và nướng thêm 20 phút nữa

c) Đổ nước vào nồi ngay dưới vạch tối đa một inch.

d) Thêm tất cả các thành phần; trong đó có xương bò nướng hòa vào nước.

e) Đậy chặt nắp. Xoay tay cầm xả áp về vị trí bịt kín.

f) Chọn chức năng Thủ công; đặt ở áp suất cao và điều chỉnh thời gian thành 75 phút

g) Khi nó phát ra tiếng bíp; Tự nhiên Xả hơi trong 10 phút và mở nắp nồi liền.

h) Lọc nước dùng đã chuẩn bị qua lưới lọc và loại bỏ hết chất rắn, hớt bỏ lớp mỡ trên bề mặt và dùng nóng.

THÀNH PHẦN:

- 4 ½ chén nước luộc xương
- Gừng tươi 1 inch, thái lát
- 1 tép tỏi, đập dập
- ½ thìa cà phê bột nghệ, tùy khẩu vị
- 2 hoặc 3 hạt tiêu đen
- Nhúm ớt cayenne
- Nhúm thì là
- Nhúm thảo quả xay, tùy chọn
- 2 chén rau lá xanh đậm xắt nhỏ
- Muối Celtic hoặc hồng Himalayan, sử dụng sau khi dùng

HƯỚNG DẪN:

a) Cho tất cả nguyên liệu, trừ rau xanh, vào nồi và đun nhỏ lửa trong vòng 10 đến 15 phút.

b) Lọc chất rắn trong lưới lọc mịn.

c) Thêm rau xanh vào nước dùng và để yên trong 10 phút đối với các loại rau xanh mềm như rau bina. Đối với các loại rau có nhiều chất xơ như cải xoăn, chỉ đun nhỏ lửa trong nước dùng từ 10 đến 15 phút.

THÀNH PHẦN:

- 2 muỗng canh dầu ô liu
- 1½ chén hành tây xắt nhỏ
- 3 cọng cần tây, thái lát mỏng
- 2 củ cà rốt, thái lát mỏng
- 1 pound nấm tăng cường vitamin D thái lát
- 10 tép tỏi, băm nhỏ
- 8 chén nước luộc gà không muối
- 4 nhánh húng tây
- 2 lá nguyệt quế
- 15 ounce đậu xanh không muối, để ráo nước
- 2 pound ức gà không da, có xương
- 1½ muỗng cà phê muối kosher
- ½ muỗng cà phê ớt đỏ nghiền
- 12 ounce cải xoăn, bỏ cuống, xé lá

HƯỚNG DẪN:

a) Đun nóng dầu trong lò Hà Lan trên lửa vừa.

b) Thêm hành tây, cần tây và cà rốt; nấu trong 5 phút, thỉnh thoảng khuấy.

c) Nấu trong 3 phút, khuấy thường xuyên với nấm và tỏi.

d) Thêm nước dùng, húng tây, lá nguyệt quế và đậu xanh vào rồi đun sôi.

e) Thêm thịt gà, muối và ớt đỏ; đậy nắp và nấu trong 25 phút hoặc cho đến khi gà chín.

f) Dùng hai nĩa xé thịt; bỏ xương.

g) Khuấy thịt gà và cải xoăn; đậy nắp và nấu trong 5 phút.

h) Loại bỏ nhánh húng tây và lá nguyệt quế.

THÀNH PHẦN:

- 500 g xương gà tây (gãy)
- 1 lít sữa đậu nành
- 20 g gừng (thái lát)
- 1 nhánh tỏi tây (thái nhỏ)
- muối
- 400ml nước

HƯỚNG DẪN:

p)   Lấy một cái chảo lớn và cho xương gà tây, tỏi tây, gừng và 400 ml nước vào.

q)   Để mọi thứ nấu trong khoảng 15 phút với nắp đóng lại.

r)   Mở nắp và đợi cho đến khi nước dùng giảm xuống còn khoảng. 100-150ml.

s)   Thêm sữa đậu nành vào và đun thêm 10 phút nữa. Cảnh báo: sữa đậu nành dễ bị cháy.

t)   Lọc nước dùng. Cho mỗi thứ 235 ml vào tô nước dùng. Thêm mì ống và lớp trên bề mặt theo ý muốn.

THÀNH PHẦN:

- 4 muỗng cà phê dầu dừa
- 2 củ cà rốt vừa (gọt vỏ và cắt nhỏ)
- ½ củ hành tây (gọt vỏ và cắt nhỏ)
- 3 củ hành lá (thái lát)
- 1 quả táo (lõi, gọt vỏ và cắt nhỏ)
- 2 cọng cần tây (cắt thô)
- 5 tép tỏi (bóc vỏ)
- 5 cây nấm đông cô khô (chia thành từng miếng nhỏ)
- 1 con gà nguyên con
- 4 miếng đuôi bò (mỗi miếng khoảng 5 cm)
- 1 quả chanh (cắt tư)
- 2,2 lít nước luộc gà ít natri
- 175ml nước tương
- 4 thìa canh hạt dashi
- 2 thìa cà phê muối
- ½ thìa cà phê tiêu trắng
- 1 lá nguyệt quế

HƯỚNG DẪN:

a) Cho dầu dừa, cà rốt, hành tây, táo, cần tây, Knoblauch và nấm hương khô vào nồi.

b) Sau đó thêm toàn bộ thịt gà, đuôi bò và chanh. Đặt lò Hà Lan vào lò nướng trong 8-10 giờ và làm nóng đến 90 ° C. Khi đuôi bò dễ dàng tách ra khỏi xương là xong.

c) Dùng thìa có rãnh để loại bỏ những phần thô hơn. Lọc phần còn lại trong một cái chảo lớn. Bây giờ bạn sẽ có nước dùng màu nâu, sáng bóng, nhiều chất béo.

d) Đun sôi nước dùng trong nồi. Cho 235 ml nước dùng vào mỗi bát nước dùng. Thêm mì ống và lớp trên bề mặt theo ý muốn.

THÀNH PHẦN:

- 1 củ cà rốt vừa (gọt vỏ và cắt nhỏ)
- ½ củ hành tây (gọt vỏ và cắt nhỏ)
- 3 củ hành lá (thái lát)
- ½ quả táo (bỏ lõi, gọt vỏ và cắt nhỏ)
- 1 cọng cần tây (cắt)
- 3 tép tỏi
- 5 nấm hương tươi
- 120ml dầu dừa
- 1 muỗng cà phê dầu mè
- 3 muỗng canh hạt dashi
- 2 thìa cà phê muối

NƯỚC DÙNG:

- 2 muỗng cà phê bơ không muối (mỗi khẩu phần)
- Nước luộc gà hoặc rau ít natri (235 ml mỗi khẩu phần)
- Mirin (rượu gạo ngọt; 2 thìa cà phê mỗi phần)
- 1 miếng kombu hình chữ nhật lớn (dài khoảng 25 cm, cắt thô)
- Nấm đông cô khô (nghiền; 2 nấm mỗi khẩu phần)

HƯỚNG DẪN:

m) Cho cà rốt, hành tây, hành lá, táo, tép tỏi và nấm hương tươi vào máy xay thực phẩm rồi cắt nhỏ mọi thứ cho đến khi tạo thành hỗn hợp sệt.

n) Đun nóng dầu dừa và dầu mè trong chảo vừa trên lửa vừa. Thêm hỗn hợp trái cây và rau củ vào nấu khoảng 10-12 phút. Sau đó thêm hạt dashi và muối. Khuấy đều.

o) Đối với nước dùng, cho bơ vào chảo lớn và đặt ở lửa vừa. Khi bơ bắt đầu chuyển sang màu hơi nâu và có mùi hạt dẻ, hãy thêm nước luộc gà hoặc rau, mirin, kombu và nấm shiitake khô. Đun sôi.

p) Sau đó giảm nhiệt và để sôi trong 15 phút. Dùng thìa có rãnh để loại bỏ những phần thô hơn. Thêm phần rau và trái cây Shio.

q) Cho mỗi loại 235 ml vào tô nước dùng. Thêm mì ống và lớp trên bề mặt theo ý muốn.

THÀNH PHẦN:

- 1 xương gà
- 6 cốc nước
- ¼ chén giấm táo
- 1 muỗng canh muối biển

HƯỚNG DẪN:

a)   Thêm tất cả nguyên liệu vào nồi ăn liền.

b)   Đậy nắp nồi và nấu ở chế độ thủ công trong 60 phút.

c)   Để áp suất xả tự nhiên trong 10 phút sau đó xả áp bằng phương pháp xả nhanh.

d)   Lọc nước dùng và bảo quản.

THÀNH PHẦN:
- 2 muỗng canh dầu dừa
- 1 ½ chén hành tây xắt nhỏ
- 3 cọng cần tây, thái lát mỏng
- 2 củ cà rốt lớn, thái lát mỏng
- 1 pound nấm tăng cường vitamin D thái lát sẵn
- 10 tép tỏi vừa, băm nhỏ
- 8 chén nước luộc gà không muối
- 4 nhánh húng tây
- 2 lá nguyệt quế 1 lon đậu xanh không muối, để ráo nước
- 2 pound ức gà không da, có xương
- 1 ½ thìa cà phê muối kosher
- ½ thìa cà phê ớt đỏ nghiền
- 12 ounce cải xoăn, bỏ cuống, xé lá

HƯỚNG DẪN:

q) Trong một lò nướng lớn kiểu Hà Lan, đun nóng dầu ở lửa vừa.

r) Thêm hành tây, cần tây và cà rốt; đun nhỏ lửa trong 5 phút, khuấy định kỳ. Thêm nấm và tỏi vào đun nhỏ lửa trong 3 phút, khuấy thường xuyên.

s) Thêm nước dùng, húng tây, lá nguyệt quế và đậu xanh; đun sôi. Thêm thịt gà, muối và ớt đỏ; đậy nắp và nấu trong khoảng 25 phút hoặc cho đến khi gà chín.

t) Lấy gà ra khỏi lò Hà Lan và để nguội một chút. Dùng 2 nĩa xé thịt; bỏ xương.

u) Khuấy thịt gà và cải xoăn; đậy nắp và nấu trong 5 phút hoặc cho đến khi cải xoăn vừa mềm.

v) Loại bỏ lá nguyệt quế và nhánh húng tây.

w) Phục vụ.

THÀNH PHẦN:

- 5 pound xương/khung gà tây, rửa sạch dưới nước lạnh
- 1 gallon nước lạnh
- 12 ounce mirepoix
- Gói (1 lá nguyệt quế, 2 nhánh húng tây tươi, 5 hạt tiêu đen nguyên hạt và 3 cọng mùi tây, tất cả được bọc trong vải thưa và buộc bằng dây bện của người bán thịt)

HƯỚNG DẪN:

a)   Đặt xương gà tây vào nồi nước dùng và đậy lại bằng nước lạnh. Đun sôi. Khi các tạp chất bắt đầu nổi lên trên bề mặt, hớt bỏ chúng và loại bỏ.

b)   Thêm gói và mirepoix vào nồi nước dùng . Nấu ngay dưới lửa nhỏ trong 3-6 giờ, hớt bọt thường xuyên. Không để sôi.

c)   Chuẩn bị một cái rây có lưới từ vừa đến mịn đặt trên tô hoặc hộp đựng bằng thép không gỉ.

d)   Múc nước dùng qua nắp Trung Quốc hoặc chinois để

e)   Để làm nguội nước dùng nhanh chóng, đổ một ít nước đá vào bồn rửa và đặt hộp chứa nước dùng đã lọc vào bồn nước đá. Bảo quản trong tủ lạnh cho đến khi tất cả chất béo còn lại đông đặc lại trên bề mặt.

f)   Nhấc hoặc hớt mỡ ra khỏi nước dùng lạnh .

g)   Sử dụng Nước dùng làm lớp nền cho nước xốt, Nước dùng hoặc để làm món nhồi của bạn .

THÀNH PHẦN:

- 2 muỗng canh bơ sữa trâu
- 1 tép tỏi, băm nhỏ
- 2 tỏi tây, cắt thành từng khoanh mỏng
- 4 cốc (1 lít) nước luộc xương gà
- ½ cốc nước cốt dừa nguyên béo đóng hộp
- 3 chén hoa súp lơ
- ½ thìa cà phê húng tây
- 1 thìa cà phê muối Celtic hoặc hồng Himalaya
- ½ muỗng cà phê tiêu đen
- ½ thìa cà phê củ dong hòa với 1 thìa nước

HƯỚNG DẪN:

a) Đun chảy ghee trong ấm lớn trên lửa vừa cao. Thêm tỏi và tỏi tây rồi giảm nhiệt xuống mức trung bình thấp. Xào khoảng 6 đến 8 phút cho mềm.

b) Tăng nhiệt lên mức trung bình cao và thêm nước dùng, nước cốt dừa, súp lơ, húng tây, muối và hạt tiêu. Khi nước dùng bắt đầu sôi, giảm nhiệt xuống mức vừa phải và đun nhỏ lửa trong 15 đến 20 phút cho đến khi súp lơ chín.

c) Nghiền nhuyễn bằng máy xay cầm tay, máy xay sinh tố hoặc máy chế biến thực phẩm cho đến khi mịn và như kem. Quay trở lại ấm đun nước và thêm củ dong. Đun nhỏ lửa cho đến khi Nước dùng đặc lại, thêm củ dong nếu muốn nước dùng đặc hơn.

THÀNH PHẦN:

- 2 pound xương gà
- 1 củ hành vàng hoặc trắng, xắt nhỏ
- 2 ounce gừng tươi, thái lát
- 2 muỗng canh giấm táo
- 1 muỗng canh hạt tiêu nguyên hạt
- 2 lá nguyệt quế
- 8-10 cốc nước

HƯỚNG DẪN:

a) Cho xương gà và tất cả các nguyên liệu còn lại vào nồi nấu chậm và đổ nước vào.

b) Đậy nắp và nấu ở nhiệt độ thấp trong 12-18 giờ.

c) Loại bỏ tất cả các chất rắn và lọc nước dùng xương qua lưới lọc mịn vào một cái bát lớn. Lọc một lần nữa qua vải mỏng để loại bỏ các hạt còn sót lại nếu muốn.

d) Múc vào lọ kín và bảo quản trong tủ lạnh tối đa hai tuần hoặc đông lạnh để sử dụng sau.

THÀNH PHẦN:

- 3 pound măng tây tươi, cắt nhỏ
- 8 chén nước luộc gà/nước dùng
- 1 chén hẹ tây băm nhỏ
- 1 thìa cà phê tỏi, băm nhỏ
- ½ muỗng cà phê muối
- ¼ thìa cà phê tiêu trắng xay

HƯỚNG DẪN:

a) Chuẩn bị bình áp suất.

b) Thêm nước vào bình áp suất.

c) Chèn trivet và đun sôi ở lửa vừa.

d) Đặt lọ rỗng vào nước sôi trong 5-10 phút. Tuy nhiên, đừng đun sôi.

e) Thêm dầu ô liu vào chảo rán. Thêm tỏi và hẹ vào nấu cho đến khi trong suốt.

f) Thêm nước dùng thịt bò hoặc nước dùng trên lửa vừa. Hủy bỏ khỏi nhiệt.

g) Thêm ¼ chén hẹ tây hoặc tỏi, hạt tiêu và muối vào mỗi lọ.

h) Thêm nước dùng nóng, để lại khoảng trống 1 inch.

i) Loại bỏ bất kỳ bong bóng khí nào.

j) Đặt trên nắp đậy. Lau sạch vành của mỗi lọ. Đặt lọ vào hộp áp suất. Khóa nắp. Đun sôi. Xả hơi trong 10 phút.

k) Xử lý pint trong 75 phút.

l) Khi xong thì tắt lửa. Tháo nắp hộp. Đợi 10 phút. Lấy lọ ra khỏi hộp. Để nguội qua đêm.

THÀNH PHẦN:

- ½ chén nấm đông cô, thái lát
- ½ chén nấm kim châm
- ½ cốc cà rốt, cắt thành que diêm
- ½ chén thân bông cải xanh, cắt thành que diêm (thân cây, không phải bông hoa)
- 6 chén nước luộc xương gà
- ½ thìa đường nâu
- 3 muỗng canh giấm balsamic
- ¼ (16-ounce) khối đậu phụ cứng hơn, cắt thành dải
- 2 muỗng canh bột bắp, hòa tan trong ¼ cốc nước lạnh
- 1 quả trứng, đánh bông
- ¾ thìa cà phê tiêu đen xay
- Lá ngò tươi để trang trí

HƯỚNG DẪN:

a) Cho nấm hương, nấm kim châm , cà rốt, thân bông cải xanh và nước luộc xương gà vào nồi lớn. Thêm một chút muối và đun sôi.

b) Vặn lửa vừa, thêm đường, giấm và đậu phụ. Khuấy nhẹ nhàng.

c) Từ từ khuấy bột ngô hòa tan vào nước dùng. Giữ khuấy. Nước dùng sẽ bắt đầu đặc lại. Thêm trứng đã đánh vào và bắt đầu khuấy ngay. Tắt lửa. Trứng sẽ vỡ thành những mảnh rất nhỏ nổi trên bề mặt nước dùng.

d) Nêm nước dùng với ¼ thìa cà phê tiêu đen xay trước. Hương vị và thêm nhiều hơn nếu muốn. (Tôi thấy rằng ¾ thìa cà phê tiêu đen là phù hợp với khẩu vị của tôi, nhưng bạn có thể điều chỉnh lượng tùy theo sở thích của mình.) Đổ ra đĩa và trang trí với ngò. Phục vụ ấm áp.

THÀNH PHẦN:

- 1 lon (13,66 ounce) nước cốt dừa không đường
- 2 chén nước luộc xương gà (1 thùng)
- ½ cốc bí ngô xay nhuyễn (tùy chọn)
- ¼ chén riềng, thái lát
- 1 cọng sả, cắt thành miếng dài 1 inch
- ¼ chén hành tây, thái lát
- 1 chén bông cải xanh, xắt nhỏ
- ½ cốc cà rốt, thái lát
- ½ chén đậu phụ cứng, thái lát
- 1 quả cà chua Roma, thái lát
- 1 chén nấm, thái lát
- 2 muỗng canh nước mắm (hoặc nước tương hoặc dừa aminos)
- 1 thìa cà phê đường nâu
- Muối để nếm
- 2 thìa nước cốt chanh
- 1 nhánh hành lá, thái nhỏ
- ½ thìa cà phê ớt đỏ
- Lá ngò tươi để trang trí và chanh để ăn kèm

HƯỚNG DẪN:

a)   Trộn nước cốt dừa, nước hầm xương gà và bí ngô nghiền nhuyễn trong nồi lớn. Khuấy đều và đun sôi.

b)   Cho riềng, sả, hành tây, bông cải xanh, cà rốt vào nồi; nấu trên lửa cao trong 2-3 phút hoặc cho đến khi có mùi thơm.

c)   Thêm đậu phụ, cà chua và nấm; đun sôi lại. Tiếp tục nấu cho đến khi rau chín.

d)   Nêm nước mắm (nước tương hoặc dừa aminos), đường và một chút muối cho vừa ăn.

e)   Tắt lửa. Bỏ sả và riềng đi. Khuấy nước cốt chanh, hành lá và ớt nghiền.

f)   Món ăn và trang trí với lá ngò. Thưởng thức!

THÀNH PHẦN:

- 1 chén hành vàng, thái hạt lựu
- 2 tép tỏi, băm nhỏ
- ½ thìa cà phê lá oregano khô
- 1 ½ thìa cà phê muối kosher
- 1 thìa cà phê tiêu đen xay
- 2 cốc cà rốt, thái hạt lựu
- 1 chén khoai tây đỏ, thái hạt lựu
- 1 chén cần tây, thái hạt lựu
- 1 pound đậu khô tách đôi
- 8 chén nước luộc xương bò (4 thùng)
- Miếng thịt xông khói nấu chín để phục vụ và ngò xắt nhỏ để trang trí

HƯỚNG DẪN:

a)   Đặt tất cả nguyên liệu vào nồi nấu chậm 4 lít (hoặc lớn hơn). Đậy nắp và nấu ở nhiệt độ thấp trong 8-10 giờ.

b)   Hương vị để điều chỉnh hương vị bằng cách thêm nhiều muối nếu muốn.

c)   Múc vào bát và bày các miếng thịt xông khói đã nấu chín cùng lá ngò tươi lên trên trước khi dùng.

d)   Thưởng thức!

BÁNH MÌ VÀ MÓN KÈM

THÀNH PHẦN:

- 600g bột mì thường
- 3 muỗng cà phê men tức thì
- 1 thìa cà phê muối
- 1 muỗng canh dầu
- 1 thìa mật ong
- 375ml sữa

HƯỚNG DẪN:

a)   Cho bột mì thường, men ăn liền và muối vào tô trộn lớn hoặc tô của máy trộn đứng.

b)   Đong lượng dầu rồi dùng thìa đó để đo lượng mật ong. Điều này sẽ làm cho mật ong dễ dàng lướt ra khỏi thìa.

c)   Đổ sữa vào hỗn hợp, sau đó vặn máy trộn ở tốc độ thấp.

d)   Khi hỗn hợp đã hòa quyện thành một khối bột thô, hãy chuyển sang tốc độ trung bình và nhào trong 10 phút cho đến khi bột trở nên mịn và mượt.

e)   Nếu bạn làm thủ công, hãy đổ sữa vào và dùng nĩa trộn cho đến khi thu được khối bột thô. Chuyển bột sang một tấm ván và nhào trong vòng 10 - 15 phút cho đến khi bột trở nên mịn và mượt.

f)   Đặt bột vào một cái tô lớn và phủ nó bằng màng dính . Để nó chứng minh ở nơi ấm áp trong một giờ, hoặc đặt nó trong tủ lạnh để chứng minh từ từ qua đêm.

g)   Làm nóng lò ở nhiệt độ 220°C/200°C dùng quạt/Mốc gas 7.

h)   Đấm không khí ra khỏi bột và nhào nhanh.

i)   Lấy một khối bột nhỏ, có kích thước bằng quả óc chó và kéo nó qua ngón tay để tạo thành một mặt trên mịn. Chụm phần dưới để tạo thành hình quả bóng.

j)   Đặt khối bột lên khay nướng có lót giấy nến. Lặp lại quá trình này; thông thường bạn có thể làm được 36 cuộn nhỏ từ hỗn hợp này.

k)   Để tạo các cuộn có thể kéo ra được, hãy đặt chúng gần như chạm vào nhau. Ngoài ra, nếu bạn thích cuộn riêng lẻ, hãy đảm bảo có khoảng cách ít nhất 2 cm giữa chúng.

l)   Nướng các cuộn bánh trong vòng 12-15 phút cho đến khi chúng chuyển sang màu nâu vàng và có cảm giác rỗng bên dưới khi gõ nhẹ vào.

m)   Lấy các cuộn ra và để nguội trong 5 phút trước khi dùng. Thưởng thức!

THÀNH PHẦN:

- Bột Focaccia
- ½ pound Rau bina, nấu chín, để ráo nước
- ½ pound Nấm, thái lát
- 2 cốc phô mai ricotta ít béo,
- 4 ounce phô mai mozzarella ít béo
- ¼ chén mùi tây, tươi, xắt nhỏ
- 1 lòng trắng trứng hoặc trứng thay thế

HƯỚNG DẪN

a)   Xả phô mai ricotta. Cán bột thành hình chữ nhật 12x9. Trải với rau bina, sau đó là ricotta, sau đó là nấm, sau đó là phô mai mozzarella. Cuộn lên.

b)   Bịt kín các cạnh bằng lòng trắng trứng hoặc chất thay thế trứng. Tạo thành hình tròn và dán kín các đầu hình tròn bằng lòng trắng trứng hoặc chất thay thế trứng. Phủ trứng lên trên. Nướng ở 350 độ trong khoảng 40 phút.

- 1 pound bột bánh mì đông lạnh; rã đông
- 1 quả trứng
- 1 cốc phô mai
- 2 thìa Parmesan
- ½ muỗng cà phê húng quế khô
- ½ muỗng cà phê lá oregano khô
- ¼ thìa cà phê muối tỏi
- ¼ thìa cà phê Tiêu
- ¾ cốc nước sốt pizza đã làm sẵn
- 3 ounce phô mai Mozzarella

HƯỚNG DẪN:

a)   Chia bột bánh mì làm đôi. Nhấn và căng một nửa vào chảo nướng 13x9" đã bôi mỡ, đẩy bột lên các mặt để tạo thành viền nông. Đánh trứng vào bát rồi cho các nguyên liệu còn lại vào trộn đều ngoại trừ nước sốt pizza và phô mai mozzarella.

b)   Trải đều trên bột. Kéo căng nửa bột còn lại cho vừa khuôn, đặt lên phần nhân và ấn các mép bột cho kín hoàn toàn. Để nơi ấm áp cho đến khi nở gấp đôi khoảng 1 giờ.

c)   Trải đều nước sốt pizza lên trên mặt bột bánh mì và rắc phô mai mozzarella.

d)   Nướng 375, 30 phút cho đến khi các cạnh giòn và phô mai tan chảy.

e)   Làm mát 5 phút. Cắt thành hình vuông.

THÀNH PHẦN:

- 2¼ muỗng cà phê men khô hoạt tính
- 3 chén bột mì
- ½ thìa muối
- ½ thìa đường
- 1 ly nước; thêm
- 2 thìa nước
- 1 muỗng canh dầu ô liu
- 2 muỗng canh dầu ô liu nguyên chất
- 2 thìa cà phê muối thô
- Hạt tiêu vừa mới nghiền

HƯỚNG DẪN:

QUY TRÌNH MÁY

a)   Thêm các thành phần , ngoại trừ lớp phủ, theo thứ tự được chỉ định trong sách hướng dẫn sử dụng máy làm bánh mì của bạn. Đặt máy làm bánh mì ở chế độ bột/thủ công. Khi kết thúc chương trình, nhấn Clear/stop. Để ấn bột xuống, nhấn bắt đầu và nhào trong 60 giây. Nhấn xóa/dừng lại. Lấy bột ra và để bột nghỉ 5 phút trước khi tạo hình bằng tay.

b)   Nếu máy làm bánh mì của bạn không có cài đặt bột/thủ công, hãy làm theo quy trình làm bánh mì thông thường nhưng chỉ nhào bột một lần. Khi kết thúc chu trình nhào, nhấn nút Clear/stop. Để bột nở trong 60 phút, kiểm tra sau 30 phút đầu tiên để đảm bảo bột không nở quá mức và chạm vào nắp. Nhấn khởi động và để máy chạy trong 60 giây để nhào bột.

c)   Nhấn xóa/dừng lại. Lấy bột ra và để bột nghỉ 5 phút trước khi tạo hình bằng tay.

KỸ THUẬT TẠO HÌNH TAY:

d)   Rắc tay bằng bột mì. Dùng đầu ngón tay trải đều bột vào chảo nướng có phết dầu nhẹ 13-X 9-X 1 inch. Che lại bằng một miếng vải nhà bếp sạch.

e)   Để tăng cho đến khi cao gấp đôi, khoảng 30 đến 60 phút.

f)   Làm nóng lò ở nhiệt độ 400F.

g)   Dùng đầu ngón tay tạo những vết lõm nhẹ trên bề mặt khối bột nổi. Quét dầu ô liu nguyên chất và rắc muối thô và hạt tiêu đen.

h)   Nướng ở giá dưới cùng của lò trong khoảng 30 đến 35 phút hoặc cho đến khi có màu vàng nâu. Để nguội trong chảo.

i)   Cắt thành mười hai miếng bằng nhau và phục vụ ở nhiệt độ phòng.

THÀNH PHẦN:

BỘT:

- 1 quả táo nhỏ, bỏ lõi và cắt làm tư
- 2 chén bột mì trắng chưa tẩy trắng
- ¼ thìa cà phê quế
- 1 thìa đường hoặc 2 thìa mật ong
- 1 ít men nở nhanh
- ¼ thìa cà phê muối
- ⅓ đến ½ cốc nước nóng
- ⅓ cốc nho khô

ĐỔ ĐẦY:

- 4 quả táo vừa
- Nước cốt của ½ quả chanh
- Nhúm tiêu trắng
- Véo Đinh hương
- Nhúm bạch đậu khấu
- Nhúm hạt nhục đậu khấu
- Nhúm gừng xay
- 1 muỗng cà phê chiết xuất vani
- ⅓ Cốc đường hoặc mật ong
- ½ chén đường nâu hoặc
- 2 thìa mật đường
- 1 thìa cà phê bột ngô

KEM PHỦ LÊN BÁNH:

- 2 muỗng canh mứt mơ hoặc bảo quản
- 1 thìa cà phê nước

HƯỚNG DẪN:

BỘT:

a) Xử lý táo cắt tư trong máy xay thực phẩm trong khoảng 20 giây; chuyển sang một bát riêng.

b) Thêm 2 chén bột mì, quế, đường hoặc mật ong, men và muối nếu muốn vào máy xay thực phẩm; xử lý 5 giây. Thêm táo đã chế biến; xử lý thêm 5 giây.

c) Khi bộ xử lý đang chạy, thêm dần ⅓ Cốc nước nóng qua ống nạp. Dừng máy và để bột nghỉ khoảng 20 giây. Tiếp tục chế biến và thêm nước dần dần qua ống nạp cho đến khi bột tạo thành một khối mềm và các thành bát sạch. Xung 2 hoặc 3 lần nữa.

d) Rắc nho khô và 1 thìa bột mì lên bề mặt sạch. Lật bột lên bề mặt và nhào trong khoảng 1 phút để nho khô quyện vào nhau. Thêm bột mì nếu bột rất dính.

e) Nhẹ bột bên trong túi nhựa. Cho bột vào túi, đậy kín và để yên trong 15 đến 20 phút ở nơi tối, ấm áp.

f) Cán bột thành hình tròn có đường kính từ 12 đến 14 inch. Đặt trong chảo dầu hoặc một món nướng.

g) Che lại bằng khăn bếp và đặt ở nơi ấm áp trong khi chuẩn bị làm nhân.

h) Làm nóng lò ở 400 độ.

ĐỔ ĐẦY:

i) Cắt lõi và cắt lát táo mỏng. Rưới nước cốt chanh lên các lát táo. Thêm các thành phần làm đầy còn lại và trộn đều.

j) Đổ đầy thìa vào bột. Nướng trong 20 phút, sau đó xoay chảo 180 độ. Giảm nhiệt độ lò xuống 375 độ và nướng thêm 20 phút hoặc cho đến khi táo chín vàng. Làm nguội trong chảo trong 5 phút. Lấy ra khỏi chảo và để nguội hoàn toàn trên giá dây.

KEM PHỦ LÊN BÁNH:

k) Trong một cái chảo nhỏ, làm tan chảy mứt hoặc chất bảo quản. Thêm nước vào, đun sôi, khuấy mạnh. Quét men lên táo và thưởng thức.

THÀNH PHẦN:

- 1 pound bột bánh mì đông lạnh; rã đông
- 1 quả trứng
- 1 cốc phô mai
- 2 thìa Parmesan
- ½ muỗng cà phê húng quế khô
- ½ muỗng cà phê lá oregano khô
- ¼ thìa cà phê muối tỏi
- ¼ thìa cà phê Tiêu
- ¾ cốc nước sốt pizza đã làm sẵn
- 3 ounce phô mai Mozzarella

HƯỚNG DẪN:

f)   Chia bột bánh mì làm đôi. Nhấn và căng một nửa vào chảo nướng 13x9" đã bôi mỡ, đẩy bột lên các mặt để tạo thành viền nông. Đánh trứng trong tô, khuấy đều các nguyên liệu còn lại trừ sốt pizza và phô mai mozzarella.

g)   Trải đều trên bột. Kéo căng nửa miếng bột còn lại cho vừa khuôn, đặt lên trên phần nhân và ấn các mép bột cho kín hoàn toàn. Để nơi ấm cho nở gấp đôi khoảng 1 tiếng.

h)   Trải đều nước sốt pizza lên trên mặt bột bánh mì, rắc phô mai mozzarella.

i)   Nướng 375, 30 phút cho đến khi các cạnh giòn và phô mai tan chảy.

j)   Làm mát 5 phút. Cắt thành hình vuông.

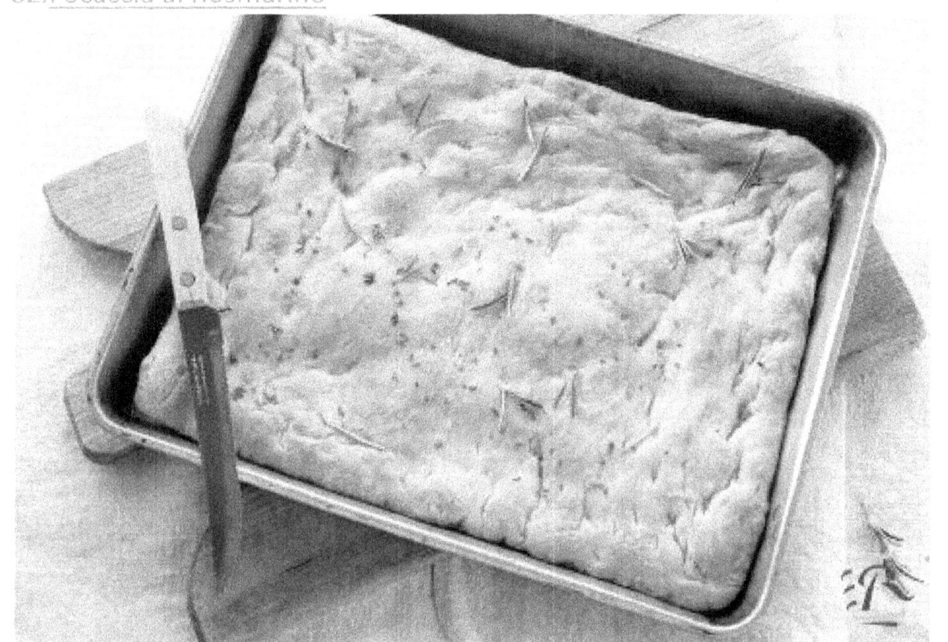

THÀNH PHẦN:

- 4 chén bột mì đa dụng
- 2 muỗng cà phê men ăn liền
- 1 thìa cà phê muối
- 1 thìa cà phê đường
- 1 ⅔ cốc nước ấm
- ¼ chén dầu ô liu nguyên chất
- Lá hương thảo tươi
- Muối biển thô

HƯỚNG DẪN:

a) Trong một tô trộn lớn, trộn bột mì, men tức thời, muối và đường.

b) Dần dần thêm nước ấm và dầu ô liu vào nguyên liệu khô, trộn cho đến khi bột bắt đầu kết dính lại với nhau.

c) Chuyển khối bột sang một bề mặt đã rắc chút bột mì và nhào trong khoảng 10 phút cho đến khi bột mịn và đàn hồi.

d) Đặt bột vào tô đã phết dầu mỡ, phủ khăn bếp sạch lên và để bột nở ở nơi ấm áp trong khoảng 1 giờ hoặc cho đến khi bột nở gấp đôi.

e) Làm nóng lò ở nhiệt độ 220°C (425°F).

f) Sau khi bột đã nổi lên, chuyển bột vào khay nướng có lót giấy da rồi nhẹ nhàng căng và ấn thành hình chữ nhật.

g) Dùng ngón tay tạo các vết lõm trên khắp bề mặt bột.

h) Rưới dầu ô liu lên bột, đảm bảo lấp đầy các vết lõm.

i) Rắc lên bề mặt bằng lá hương thảo tươi và muối biển thô, ấn nhẹ chúng vào bột.

j) Để bột nghỉ thêm 15 phút.

k) Đặt khay nướng vào lò đã làm nóng trước và nướng trong khoảng 20-25 phút hoặc cho đến khi focaccia chuyển sang màu nâu vàng.

l) Lấy focaccia ra khỏi lò và để nguội một chút trước khi cắt và phục vụ.

THÀNH PHẦN:

- 5 ounce (1 cốc) bột mì đa dụng, cộng thêm bột mì để cán
- 1 thìa cà phê muối kosher
- 1 thìa cà phê đường
- 1 thìa cà phê bột nở
- 2 muỗng canh bơ không muối lạnh, cắt thành khối ¼ inch
- ⅓ cốc nước lạnh, có thể thêm nếu cần

HƯỚNG DẪN:

a) Điều chỉnh giá đỡ lò về vị trí giữa và làm nóng lò trước ở nhiệt độ 375°F (190°C).

b) Trong một tô vừa, trộn 5 ounce (1 cốc) bột mì đa dụng, 1 thìa cà phê muối kosher, 1 thìa cà phê đường và 1 thìa cà phê bột nở. Đánh đều các nguyên liệu khô này với nhau cho đến khi hòa quyện.

c) Thêm 2 thìa bơ không muối lạnh vào hỗn hợp khô. Dùng dao cắt bánh ngọt hoặc đầu ngón tay để trộn bơ vào bột cho đến khi nó giống như một bữa ăn thô.

d) Đổ ⅓ cốc nước lạnh vào và nhào nhẹ hỗn hợp cho đến khi thành một khối bột.

e) Đặt khối bột lên một bề mặt đã rắc chút bột mì và phủ nó bằng một chiếc tô trộn úp ngược. Cho phép nó nghỉ ngơi trong 15 phút.

f) Cán khối bột đã nghỉ trên bề mặt đã rắc bột mì với độ dày ⅛ inch.

g) Dùng dao hoặc dao cắt bột thành hình vuông, hình chữ nhật hoặc hình thoi ½ inch. Chuyển những hình đã cắt này vào khay nướng có lót giấy da, đặt chúng cách xa nhau nhất có thể.

h) Nướng bánh quy trong lò làm nóng trước cho đến khi chúng có màu xung quanh các cạnh dưới, mất khoảng 15 phút.

i) Tắt lò và mở cửa lò khoảng 8 inch. Để bánh nguội bên trong và tiếp tục làm giòn, thường mất khoảng 30 phút.

j) Lấy bánh quy ra khỏi lò, nêm muối cho vừa ăn và để nguội hoàn toàn. Bạn có thể bảo quản những chiếc bánh quy hàu tự làm này trong hộp kín trong tối đa một tuần.

k) Thưởng thức bánh quy hàu tự làm của bạn như một món ăn nhẹ hoặc như một món bổ sung thú vị cho các món súp và món hầm. Hương vị bơ phong phú của chúng sẽ nâng tầm sáng tạo ẩm thực của bạn.

THÀNH PHẦN:
- 1¾ cốc nước, ở nhiệt độ phòng, chia
- 2 muỗng cà phê men ăn liền, chia
- 5 cốc trừ 1½ thìa bột mì (hoặc bột T55), chia
- 1 muỗng canh muối kosher

HƯỚNG DẪN:
LÀM PÂTE FERMENTÉE:

a) Trong một bát vừa, khuấy đều ½ cốc nước với một chút men. Thêm 1¼ chén bột mì và 1 muỗng cà phê muối. Khuấy cho đến khi thành một khối bột xù xì. Đặt khối bột lên bàn và nhào cho đến khi hòa quyện, từ 1 đến 2 phút.

b) Cho bột trở lại tô, đậy lại bằng khăn và để yên trong 2 đến 4 giờ ở nhiệt độ phòng hoặc để trong tủ lạnh qua đêm. Nó sẽ tăng gấp đôi kích thước.

LÀM BỘT:

c) Thêm 1¼ cốc nước còn lại và men còn lại vào pate lên men , dùng ngón tay bẻ bột thành chất lỏng. Thêm 3⅔ cốc bột mì còn lại và 2 thìa cà phê muối còn lại. Trộn cho đến khi tạo thành một khối bột xù xì, khoảng 1 phút.

d) Đổ bột ra bàn sạch và nhào trong 8 đến 10 phút cho đến khi bột mịn, co giãn và dẻo. Nếu bạn nhào bằng tay, hãy hạn chế thêm bột mì; bột sẽ tự nhiên trở nên ít dính hơn khi bạn nhào.

e) Kéo căng bột để kiểm tra sự phát triển gluten thích hợp. Nếu nó rách quá nhanh và có cảm giác thô ráp, hãy tiếp tục nhào cho đến khi mịn và dẻo.

f) Nếu nhào bằng tay thì cho bột trở lại tô. Che lại bằng khăn và để yên trong 1 giờ hoặc cho đến khi kích thước tăng gấp đôi.

g) Tạo hình và nướng: Rắc nhẹ bột lên bàn và dùng dụng cụ cạo băng ghế bằng nhựa để nhả bột ra khỏi bát. Dùng dao cạo bằng kim loại để chia bột thành 4 phần bằng nhau (mỗi phần khoảng 250 gram). Che lại bằng khăn và nghỉ ngơi trong 5 đến 10 phút.

h) Làm từng phần một, dùng đầu ngón tay ấn nhẹ bột thành hình chữ nhật thô. Gấp phần tư trên xuống vào giữa, sau đó gấp phần tư dưới lên vào giữa để chúng gặp nhau. Nhấn nhẹ dọc theo đường may để bám dính.

i) Gấp nửa trên của bột lên nửa dưới để tạo thành khúc gỗ. Dùng gót bàn tay hoặc đầu ngón tay để bịt kín đường may. Hãy chắc chắn rằng băng ghế của bạn được phủ bột mì nhẹ. Bạn không muốn tạo áp lực quá lớn lên khối bột nhưng cũng không muốn khối bột trượt thay vì lăn. Nếu bột trượt, hãy phủi bớt bột thừa và làm ướt nhẹ tay.

j)   Nhẹ nhàng lật miếng bột sao cho đường nối nằm ở phía dưới rồi dùng tay lắc qua lắc lại hai đầu ổ bánh để tạo thành hình quả bóng đá. Sau đó, dùng tay vuốt từ giữa ổ bánh ra các mép để kéo dài ổ bánh ra từ 12 đến 14 inch. Lặp lại với các phần còn lại.

k)   Trải một chiếc khăn lanh lên khay nướng. Rắc bột mì lên và gấp một đầu lại để tạo đường viền. Đặt một chiếc bánh mì baguette bên cạnh nếp gấp này. Gấp chiếc khăn dọc theo phía bên kia để tạo khoảng trống cho bánh mì nổi lên. Đặt một chiếc bánh mì baguette khác bên cạnh và tạo một nếp gấp khác. Lặp lại với bánh mì baguette còn lại.

l)   Che lại bằng một chiếc khăn và để yên trong 1 giờ.

m)   Sau 30 phút ủ, làm nóng lò ở nhiệt độ 475°F. Đặt một hòn đá nướng trên giá trung tâm. Lót giấy nến vào khay nướng phẳng (lật khay nướng lên và làm mặt sau nếu dùng đá nướng).

n)   Kiểm tra bánh mì bằng cách chọc vào bột. Nó sẽ hơi co lại một chút, để lại một vết lõm và có cảm giác giống như một chiếc kẹo dẻo.

o)   Khi bánh mì baguette đã sẵn sàng để nướng, nhẹ nhàng nhấc chúng lên và chuyển chúng vào khay nướng đã chuẩn bị sẵn, đặt chúng cách nhau 2 inch. Cẩn thận không làm xẹp bánh mì trong khi chuyển chúng.

p)   Giữ một chiếc que hoặc một lưỡi dao cạo ở góc 30 độ, nhanh chóng nhưng nhẹ nhàng ghi năm đường chéo trên đầu bánh mì, sâu khoảng ¼ inch và cách nhau 2 inch. Giữa các ổ bánh, nhúng lưỡi dao vào nước để nhả bột dính.

q)   Đặt khay nướng vào lò nướng, hoặc nếu dùng đá nướng, hãy trượt giấy da từ khay lên đá nướng.

r)   Xịt nước vào ổ bánh mì tổng cộng 4 hoặc 5 lần rồi đóng cửa lò lại. Xịt lại sau 3 phút nướng và phun lại sau 3 phút nữa, mỗi lần xịt nhanh để không làm mất nhiệt trong lò.

s)   Nướng tổng cộng từ 24 đến 28 phút, cho đến khi ổ bánh có màu nâu vàng đậm.

t)   Chuyển ổ bánh mì sang giá làm mát trong 15 đến 20 phút trước khi cắt.

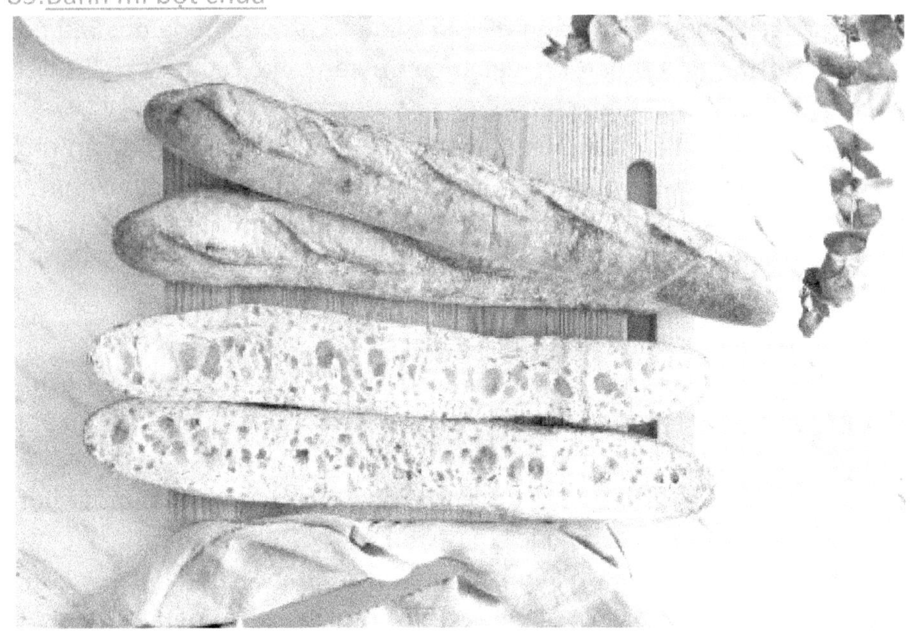

THÀNH PHẦN:

- 1¼ cốc Starter, ở nhiệt độ phòng.
- ¼ cốc nước
- 2 muỗng cà phê dầu ô liu
- 2½ chén bột mì
- ¾ muỗng cà phê muối
- 1½ thìa đường
- 2 thìa cà phê men

HƯỚNG DẪN:

a)   Lấy món khai vị ra khỏi tủ lạnh vào đêm trước khi bắt đầu làm bánh mì. Thức ăn khởi đầu và để nó ở nhiệt độ phòng trong khi nó đang tiêu hóa thức ăn. Cho nguyên liệu vào chảo theo thứ tự liệt kê. Đặt bột, nhấn bắt đầu.

b)   Khi chu trình hoàn tất, loại bỏ bột, ép hết khí, cho vào tô, đậy lại bằng khăn trà ẩm và để yên trong 30 phút.

c)   Rắc bột ngô lên mặt bàn, nặn bột thành 2 hình trụ mỏng, đặt ổ bánh mì vào chảo baguette, dùng khăn đậy lại và để trong tủ lạnh từ 12 đến 24 giờ.

d)   Lấy ra khỏi tủ lạnh, rưới nước và để yên cho đến khi nở hoàn toàn. Rắc nước một lần nữa và nướng trong lò nướng thông thường ở nhiệt độ 375 F trong 30 phút hoặc cho đến khi có màu nâu và giòn. Để bánh mì thực sự giòn, hãy xịt nước 5 phút một lần trong khi nướng!

THÀNH PHẦN:

- 500g bột mì
- 10g muối
- 7g men khô hoạt tính
- 350ml nước ấm

HƯỚNG DẪN:

a)   Trong một tô trộn lớn, trộn bột mì và muối.

b)   Trong một bát nhỏ riêng biệt, hòa tan men trong nước ấm và để yên trong 5-10 phút cho đến khi men nổi bọt.

c)   Đổ hỗn hợp men vào hỗn hợp bột và khuấy cho đến khi tạo thành bột.

d)   Nhào bột trên bề mặt đã rắc bột mì khoảng 10 phút cho đến khi bột mịn và đàn hồi.

e)   Cho bột vào tô đã phết một ít dầu, phủ khăn ẩm lên và ủ ở nơi ấm áp trong khoảng 1 giờ hoặc cho đến khi bột nở gấp đôi.

f)   Làm nóng lò nướng của bạn ở nhiệt độ 450°F (230°C).

g)   Đấm bột và tạo hình thành bánh mì baguette bằng cách cán bột thành một ổ bánh mì dài và mỏng.

h)   Đặt bánh mì baguette lên khay nướng và để bánh nở thêm 20-30 phút nữa.

i)   Ngay trước khi nướng, hãy rạch 3-4 đường chéo trên mặt bánh mì.

j)   Nướng trong lò làm nóng trước khoảng 25-30 phút hoặc cho đến khi bánh mì có màu nâu vàng và nghe có vẻ rỗng khi gõ vào đáy.

k)   Để nguội trên giá lưới trước khi dùng.

THÀNH PHẦN:

- 3 1/2 chén bột mì
- 1 1/2 muỗng cà phê muối
- 2 thìa đường
- 2 1/4 muỗng cà phê men khô hoạt tính
- 1/4 cốc nước ấm (110°F hoặc 43°C)
- 1/4 cốc bơ không muối, làm mềm
- 1/2 cốc sữa ấm (110°F hoặc 43°C)
- 1 quả trứng
- 1 muỗng canh mù tạt vàng (tùy chọn, để tăng hương vị)

HƯỚNG DẪN:

a) Trong một bát nhỏ, trộn nước ấm, đường và men. Để yên trong khoảng 5-10 phút hoặc cho đến khi nó sủi bọt, chứng tỏ men đang hoạt động.

b) Trong một tô trộn lớn, trộn bột mì và muối.

c) Thêm hỗn hợp men đã hoạt hóa, bơ đã làm mềm, sữa ấm, trứng và mù tạt (nếu dùng).

d) Trộn cho đến khi bột quyện lại với nhau.

e) Lật bột lên một bề mặt có rắc chút bột mì.

f) Nhào bột khoảng 10-15 phút cho đến khi bột mịn và đàn hồi. Bạn có thể cần thêm một chút bột mì nếu bột quá dính.

g) Đặt khối bột vào tô đã phết một ít dầu mỡ, đậy lại bằng một miếng vải ẩm và để bột nở ở nơi ấm áp, không có gió lùa trong khoảng 1-2 giờ hoặc cho đến khi bột nở gấp đôi.

h) Sau lần ủ đầu tiên, ấn bột xuống và chia thành 6-8 phần bằng nhau, tùy theo kích cỡ ổ bánh bạn muốn.

i) Định hình từng phần thành một ổ bánh hình tròn hoặc hình bầu dục và đặt chúng lên một tấm nướng có lót bột mì hoặc giấy da nhẹ.

j) Đậy các ổ bánh mì đã tạo hình bằng một miếng vải ẩm và để chúng nở thêm 30-45 phút.

k) Làm nóng lò nướng của bạn ở nhiệt độ 350°F (175°C).

l) Nướng bánh trong lò làm nóng trước khoảng 15-20 phút hoặc cho đến khi chúng có màu nâu vàng và nghe có vẻ rỗng khi gõ vào đáy.

m) Để bánh mì Cuba Medianoche nguội trên giá lưới. Sau khi nguội, bạn có thể dùng chúng để làm bánh mì Cuba Medianoche truyền thống với thịt lợn nướng, giăm bông, pho mát Thụy Sĩ, dưa chua và mù tạt.

THÀNH PHẦN:

- 2½ thìa cà phê men khô hoạt tính
- ½ cốc nước ấm
- ½ cốc Plus
- 2 muỗng canh Nước; nhiệt độ phòng
- ½ cốc dầu ô liu nguyên chất có vị nhẹ
- 4 chén bột mì chưa tẩy trắng
- 1½ muỗng cà phê muối biển (tối đa)
- 3 muỗng canh dầu ô liu nguyên chất nhẹ
- 1 bó húng quế tươi lớn
- 1 muỗng canh dầu ô liu nguyên chất

HƯỚNG DẪN:

a)   Đánh men vào nước ấm trong tô lớn; để yên cho đến khi kem, khoảng 10 phút. Khuấy nước ở nhiệt độ phòng và dầu.

b)   Nếu bạn làm bột bằng tay, hãy trộn bột mì và muối, thêm chúng làm 2 lần và trộn cho đến khi bột quyện đều. Nhào trên bề mặt có phủ bột mì nhẹ trong 4 đến 5 phút, để bột nghỉ một lát và nhào xong trong một hoặc hai phút nữa. Bột sẽ mềm và mịn như dái tai.

c)   Nếu bạn đang sử dụng máy trộn điện công suất lớn, hãy sử dụng phụ kiện mái chèo để trộn bột mì và muối vào hỗn hợp men cho đến khi chúng tạo thành khối bột nhào. Chuyển sang móc bột và nhào trong 2 đến 3 phút hoặc cho đến khi bột mềm như dái tai.

d)   Lần ủ bột đầu tiên: Cho bột vào hộp đựng đã thoa một ít dầu, bọc kín bằng màng bọc thực phẩm và ủ cho đến khi nở gấp đôi, khoảng 1 giờ đến 1 giờ 15 phút.

e)   ĐỊNH HÌNH VÀ NÂNG CẤP THỨ HAI: Đổ khối bột ra trên một bề mặt đã rắc bột mì nhẹ và dùng cán cán bột nhẹ cán bột thành hình chữ nhật 12 x 18 inch, dày khoảng ¼ inch. Bột sẽ lăn ra dễ dàng và dễ dàng sửa chữa nếu bị rách. Để đổ đầy, phết 2 đến 3 thìa dầu ô liu lên trên mặt bột - nhớ chải thật kỹ, đều - rồi phủ lên bề mặt một tấm thảm lá húng quế dày.

f)   Cuộn bột từ đầu dài lại như cuộn thạch. Đổ dầu vào chảo ống thực phẩm thiên thần 10 x 4 inch thật kỹ và trượt bột vào đó, mặt đường may hướng xuống dưới.

g)   Nướng bánh: Ít nhất 30 phút trước khi bạn định nướng, hãy làm nóng lò nướng ở nhiệt độ 200C/400F với đá nướng bên trong, nếu có.

h)   1 thìa dầu ô liu lên mặt trên của " sfoglierata ". Đặt chảo trực tiếp lên đá và nướng cho đến khi vàng, khoảng 40 phút. Để nguội trong 15 hoặc 20 phút, sau đó trượt lưỡi dao mỏng dài hoặc thìa giữa " sfoglierata " và các thành chảo cũng như ống trung tâm để nới lỏng nó. Đặt trên một giá đỡ. Phục vụ ấm áp.

THÀNH PHẦN:
ĐỐI VỚI BỘT:

- 500g (khoảng 4 cốc) bột mì đa dụng
- 10g (2 thìa cà phê) muối
- 1 gói (7g) men khô hoạt tính
- 1 thìa đường
- 300ml (khoảng 1 1/4 cốc) sữa ấm
- 3 muỗng canh dầu thực vật

ĐỐI VỚI TOPPING:

- 1 lòng đỏ trứng
- 2 thìa sữa
- Hạt mè

HƯỚNG DẪN:

a)   Trong một bát nhỏ, trộn sữa ấm, đường và men khô đang hoạt động. Để yên khoảng 5-10 phút hoặc cho đến khi nổi bọt, chứng tỏ men đang hoạt động.

b)   Trong một tô trộn lớn, trộn bột mì và muối.

c)   Thêm hỗn hợp men và dầu thực vật vào bột. Trộn cho đến khi bột quyện lại với nhau.

d)   Lật bột lên một bề mặt có rắc chút bột mì.

e)   Nhào bột khoảng 10-15 phút cho đến khi bột mịn và đàn hồi. Bạn có thể cần thêm một chút bột mì nếu bột quá dính.

f)   Đặt khối bột vào tô đã phết một ít dầu mỡ, đậy lại bằng một miếng vải ẩm và để bột nở ở nơi ấm áp, không có gió lùa trong khoảng 1-2 giờ hoặc cho đến khi bột nở gấp đôi.

g)   Sau lần ủ đầu tiên, ấn bột xuống và chia thành 6-8 phần bằng nhau, tùy thuộc vào kích thước của Kandil Simidi bạn mong muốn.

h)   Định hình từng phần thành hình dài giống như bánh mì baguette.

i)   Đặt Kandil có hình dạng Simidi trên khay nướng có lót giấy da.

j)   Trong một cái bát nhỏ, đánh đều lòng đỏ trứng và sữa để tạo thành nước rửa trứng.

k)   Chải Kandil Simidi rửa trứng và rắc vừng lên trên.

l)   Che Kandil Simidi bằng một miếng vải ẩm và để chúng nở thêm 30-45 phút.

m)   Làm nóng lò nướng của bạn ở nhiệt độ 180°C (350°F).

n)   Nướng Kandil Simidi cho vào lò làm nóng trước khoảng 20-25 phút hoặc cho đến khi chúng có màu nâu vàng và nghe có vẻ rỗng khi gõ vào đáy.

o)   Cho phép Kandil Simidi để nguội trên giá lưới. Sau khi chúng nguội, bạn có thể thưởng thức chúng như một món ăn nhẹ hoặc dùng kèm với trà, hoặc dùng chúng để làm bánh mì sandwich với các loại nhân yêu thích của bạn.

THÀNH PHẦN:

- ½ cốc nước ấm
- 2 gói Men hoạt tính khô
- 1½ cốc sữa đậu nành ấm
- 2 muỗng canh dầu hạt cải
- ½ cốc mật ong
- 1 quả trứng lớn hoặc trứng thay thế thuần chay tương đương
- 3 chén bột Kamut
- 1 thìa cà phê quế
- 1 thìa cà phê hạt nhục đậu khấu
- ½ thìa muối
- 3 chén bột mì đánh vần
- Xịt nấu ăn hoặc dầu

HƯỚNG DẪN:

a)   Trong một bát nhỏ, khuấy đều nước và men. Che và đặt sang một bên trong 7 đến 10 phút.

b)   Trong một tô trộn vừa, trộn đều sữa đậu nành, dầu, mật ong và trứng. Để qua một bên.

c)   Trong một tô trộn lớn, khuấy đều bột kamur , quế, nhục đậu khấu và muối. Trộn hỗn hợp sữa và hỗn hợp men, trộn đều. Dần dần khuấy bột đánh vần.

d)   Lật bột lên một bề mặt đã phủ một ít bột mì và nhào trong 4 đến 5 phút hoặc cho đến khi bột hơi đàn hồi.

e)   Đậy bột bằng khăn và để bột nở trong 1 đến 2 giờ hoặc cho đến khi bột nở gấp đôi.

f)   Xịt nhẹ hoặc quét dầu lên khay nướng lớn. Đấm bột và chia làm đôi. Tạo hình mỗi nửa thành một ổ bánh thuôn dài và đặt các ổ bánh lên khay nướng, cách nhau khoảng 3 inch. Che lại bằng khăn và để yên trong 1 đến 2 giờ hoặc cho đến khi nở gấp đôi.

g)   Làm nóng lò ở nhiệt độ 350F. Nướng ổ bánh trong khoảng 45 phút hoặc cho đến khi gõ vào thấy bánh rỗng. Để nguội trong 10 phút, sau đó chuyển ổ bánh mì sang giá lưới và nguội hoàn toàn trước khi cắt lát.

THÀNH PHẦN:

- 1 2/3 cốc nước ấm (từ 95°F đến 110°F)
- 1 gói (1/4-ounce) men khô hoạt động
- 1/2 thìa cà phê muối
- 4 chén bột mì đa dụng
- 2 muỗng canh dầu ô liu
- 2 lòng trắng trứng lớn (để đánh răng tùy chọn)

HƯỚNG DẪN:

a)   Bắt đầu bằng cách tập hợp các thành phần của bạn.

b)   Trong một chiếc bát rộng rãi, trộn nước ấm và men cho đến khi men tan hoàn toàn.

c)   Thêm muối và rây dần dần từng cốc bột mì cho đến khi đạt được khối bột mềm và dễ nhào .

d)   Chuyển khối bột lên bề mặt đã rắc chút bột mì rồi nhào trong khoảng 8 phút. Nếu bột trở nên quá dính, hãy rắc nhẹ bột mì lên và tiếp tục nhào cho đến khi đạt độ dẻo mềm.

e)   Mỡ một bát cỡ vừa với dầu ô liu. Đặt bột vào tô, lật lại để đảm bảo mặt trên của bột cũng được bôi nhẹ. Đậy bát bằng khăn bếp sạch hoặc màng bọc thực phẩm và để bột nở ở nơi ấm áp, không có gió lùa cho đến khi bột nở gấp đôi, thường mất khoảng 1 giờ.

f)   Nhẹ nhàng đấm bột trong bát xuống.

g)   Đậy bát lại và để bột nở thêm một giờ nữa hoặc cho đến khi bột nở gấp đôi một lần nữa.

h)   Đấm bột lần thứ hai.

i)   Đổ bột ra bề mặt đã rắc bột mì và nhào để loại bỏ bọt khí. Quá trình này sẽ mất khoảng 5 phút.

j)   Chia bột thành 12 phần bằng nhau và vo thành từng cuộn tròn. Để có kết quả cuối cùng chính xác hơn, bạn có thể cân khối bột ban đầu và chia thành 12 phần có cùng trọng lượng.

k)   Đặt các cuộn bánh lên khay nướng đã phết dầu mỡ và đậy nắp lại, để chúng nở lần thứ ba trong khoảng 1 giờ.

l)   Tháo nắp và dùng lòng bàn tay ấn nhẹ từng cuộn bánh trên bề mặt đã rắc bột mì nhẹ.

m)   Lăn từng vòng bột vào trong, đảm bảo đường may úp xuống. Đặt bàn tay của bạn ở góc 45 độ, thuôn nhọn các đầu của mỗi cuộn để tạo thành hình nhọn, giống như một chiếc bánh mì baguette thu nhỏ.

n)   Trả các cuộn bánh vào khay nướng đã phết mỡ, mặt đường may hướng xuống dưới. Đậy chúng lại một lần nữa và để chúng nở (nổi lên) lần cuối, quá trình này sẽ mất khoảng 45 phút hoặc cho đến khi chúng nở gấp đôi.

o)	Nướng các cuộn ở nhiệt độ 400°F trong khoảng 20 phút hoặc cho đến khi chúng chuyển sang màu nâu vàng đẹp mắt. Nếu muốn, bạn có thể xịt nước lọc vài lần trong quá trình nướng để bánh có vỏ giòn, hoặc phết 2 lòng trắng trứng lên bánh trước khi nướng để bánh có độ bóng.

p)	Sau khi ra khỏi lò, chuyển các cuộn sang giá làm mát.

q)	Phục vụ những cuộn bánh mì nhỏ ngon lành này khi còn ấm hoặc ở nhiệt độ phòng và thưởng thức hương vị thú vị của chúng.

THÀNH PHẦN:

- 1 ½ cốc nước ấm
- 1 muỗng canh men khô tức thời hoặc hoạt động
- 2 thìa đường cát hoặc mật ong
- 2 muỗng canh dầu hạt cải
- 1 thìa cà phê muối
- 3 ½ đến 4 cốc (497 đến 569 g) bột mì đa dụng hoặc bột mì, nhiều hơn hoặc ít hơn

HƯỚNG DẪN:

a) Trong tô của máy trộn đứng có gắn móc bột hoặc trong tô lớn bằng tay, trộn nước ấm, men nhanh, đường, dầu, muối và 2 cốc bột mì.

b) Bắt đầu trộn và tiếp tục thêm dần dần phần bột còn lại cho đến khi bột đã kéo ra khỏi thành bát. Nhào bột trong 4-5 phút bằng máy trộn đứng (7-9 phút bằng tay).

c) Bột phải mềm và mịn nhưng vẫn hơi dính khi chạm vào. Sau vài phút nhào, dừng máy trộn và kiểm tra xem bột có cần thêm bột hay không. Nó có thể để lại một chút cặn dính trên ngón tay của bạn, nhưng nếu bạn có thể cuộn nó thành một quả bóng nhỏ mà không dính khắp tay thì bạn có thể dùng tiếp. Nếu không, dần dần thêm một chút bột mì nếu cần.

d) Đặt bột vào một cái tô có phết một chút dầu mỡ và đậy nắp lại. Để bột nở gấp đôi, thường mất 1-2 giờ.

e) Đấm nhẹ bột xuống và đặt nó lên mặt bàn đã phết một ít dầu mỡ.

f) Chia bột thành 12 phần bằng nhau, mỗi phần khoảng 2,75 ounce, ít nhiều và tạo thành những quả bóng tròn.

g) Đặt các cuộn vào chảo 9x13 inch được bôi một ít dầu mỡ hoặc trên một khay nướng lớn có viền lót bằng giấy da hoặc bôi một ít dầu mỡ. Đặt các cuộn cách nhau khoảng 1/2 đến 1 inch.

h) Bọc các cuộn bằng màng bọc thực phẩm đã bôi một ít dầu mỡ, chú ý không ghim màng bọc thực phẩm bên dưới khay nướng, nếu không bánh sẽ xẹp xuống khi phồng lên. Để màng bọc thực phẩm nhẹ nhàng treo trên các cạnh của chảo để che phủ hoàn toàn các cuộn nhưng không ấn chúng xuống.

i) Để các cuộn bánh phồng lên cho đến khi chúng phồng lên và to gấp đôi, mất khoảng 45 phút đến 1 giờ.

j) Làm nóng lò ở nhiệt độ 400 độ. Nướng trong vòng 15-17 phút cho đến khi các cuộn bánh có màu nâu nhạt và chín đều.

k) Ngay lập tức ra khỏi lò, phết bơ lên các cuộn bánh.

l) Thưởng thức bánh mì cuộn kiểu Pháp tự làm của bạn!

THÀNH PHẦN:
BỘT TAY ĐA NĂNG KHÔNG GLUTEN
- 6 chén bột gạo trắng xay bằng đá
- 3 1/4 chén bột lúa miến
- 1 3/4 chén bột sắn hoặc tinh bột
- 1 1/4 chén tinh bột khoai tây
- 1/4 cốc kẹo cao su xanthan hoặc bột trấu psyllium

BÁNH TAY NHỎ KHÔNG GLUTEN
- 6 1/2 chén hỗn hợp bột mì đa dụng không chứa gluten
- 1 muỗng canh men khô hoạt tính hoặc men tức thì
- 1 1/2 muỗng canh muối kosher
- 2 thìa đường
- 3 3/4 cốc nước ấm
- 1 lòng trắng trứng và 1 thìa nước để phết bánh mì
- Giấy da hoặc bột ngô

HƯỚNG DẪN:
LÀM BỘT TUYỆT VỜI KHÔNG CÓ GLUTEN
a) Kết hợp và trộn các thành phần trong một thùng chứa 5 đến 6 lít có nắp. Đảm bảo bột được trộn kỹ bằng cách lắc kỹ hộp đựng.

b) Đừng đổi tinh bột khoai tây bằng bột khoai tây.

c) Nếu bạn chọn bột trấu psyllium thay vì kẹo cao su xanthan, đừng bảo quản bột quá năm ngày.

d) Khi đo bằng cốc đo của Mỹ, hãy gói bột chắc chắn vào cốc, giống như bạn đang đo đường nâu.

CHUẨN BỊ BÁNH TAY NHỎ KHÔNG GLUTEN
e) Trong tô 5 đến 6 lít hoặc sử dụng máy trộn đứng, trộn bột mì, men, muối và đường với nhau.

f) Thêm nước ấm (khoảng 100°F), để bột nở đến điểm thích hợp để làm lạnh trong khoảng 2 giờ.

g) Sử dụng phụ kiện mái chèo của máy trộn và trộn cho đến khi hỗn hợp rất mịn, khoảng một phút. Ngoài ra, bạn có thể trộn kỹ bằng tay bằng thìa hoặc thìa trong một đến hai phút. Nhào là không cần thiết. Chuyển hỗn hợp vào hộp đựng thực phẩm có nắp đậy (không kín khí).

h) Đậy nắp bằng nắp vừa vặn hoặc dùng màng bọc thực phẩm bọc kín, đảm bảo không bị kín. Để hỗn hợp tăng lên ở nhiệt độ phòng trong khoảng 2 giờ, sau đó cho vào tủ lạnh và sử dụng trong vòng 10 ngày tiếp theo. Bạn có thể sử dụng một phần bột bất cứ lúc nào sau 2 giờ ủ ban đầu. Bột được làm lạnh hoàn toàn sẽ ít dính hơn và dễ quản lý hơn bột ở nhiệt độ phòng. Đừng đấm bột xuống; Bước này không cần thiết khi nướng bánh mì không chứa gluten.

i)   Vào ngày bạn định nướng bánh, hãy lấy một miếng bột nặng 3/4 pound (cỡ quả cam lớn) và đặt nó lên vỏ bánh pizza đã được chuẩn bị sẵn một lượng lớn bột ngô hoặc giấy da. Dùng tay thoa bột mì, nhẹ nhàng tạo hình khối bột thành hình khúc gỗ hoặc hình trụ với các đầu hơi thuôn nhọn. Làm mịn bề mặt bằng ngón tay ướt. Để yên ở nhiệt độ phòng, đậy nhẹ bằng màng bọc thực phẩm hoặc đặt dưới một chiếc bát úp ngược rộng rãi trong 40 phút. Bột dường như không nở nhiều trong thời gian này, điều này là bình thường.

j)   Trong khi bột đang nghỉ, hãy làm nóng trước đá nướng hoặc thép nướng ở giữa lò ở nhiệt độ 450°F trong ít nhất 30 phút. Ngoài ra, bạn có thể làm nóng trước chảo xào bằng gang có nắp đậy hoặc lò nướng kiểu Hà Lan ở nhiệt độ 450°F trong 45 phút. Nếu bạn sử dụng đá hoặc thép, hãy đặt một khay gà thịt bằng kim loại rỗng lên kệ bên dưới để đựng nước.

k)   Quét mặt trên của bánh mì baguette bằng lòng trắng trứng hoặc nước thường. Dùng dao cắt bánh mì có răng cưa ướt, cắt chéo sâu khoảng 1/2 inch.

l)   Cẩn thận trượt bánh mì baguette lên đá đã được làm nóng trước. Nhanh chóng và thận trọng đổ 1 cốc nước nóng vào khay nướng thịt bằng kim loại rồi đóng cửa lò để giữ hơi nước. Nướng trong khoảng 40 đến 45 phút hoặc cho đến khi bánh mì baguette có màu nâu đậm và chắc. Nếu sử dụng phương pháp giấy nến, bạn có thể dùng nó làm tay cầm để hạ giấy nến đã phủ bột vào nồi đã được làm nóng trước. Đậy nắp nồi và đặt vào lò nướng. Không cần xông hơi bằng nồi có nắp đậy. Nếu bạn đang sử dụng nồi đã được làm nóng trước, hãy tháo nắp sau 30 phút và nướng thêm 10 đến 15 phút nữa không đậy nắp hoặc cho đến khi lớp vỏ có màu nâu đậm.

m)   Để bánh nguội hoàn toàn trên giá lưới khoảng 2 giờ.

n)   Bảo quản phần bột còn lại trong tủ lạnh trong hộp có nắp đậy hoặc bọc lỏng bằng nhựa. Trong vài ngày đầu tiên để trong tủ lạnh, hãy để nắp mở một vết nứt để khí thoát ra ngoài nếu hộp đựng của bạn không có lỗ thông hơi. Sau đó, bạn có thể đóng nó lại. Thưởng thức bánh mì baguette không chứa gluten tự làm của bạn!

THÀNH PHẦN:

TRƯỚC BỘT:

- 40 gram bánh mì khô, cũ
- 40 gram bột mì
- 80 gam nước
- 1/4 muỗng cà phê men ăn liền (khoảng 0,6 gram)

BỘT CHÀ:

- 40 gram bột lúa mạch đen
- 40 gam nước
- 4 gram bột chua lúa mạch đen

BỘT CHÍNH:

- 210 gram bột mì
- 60 gram bột lúa mạch đen
- 3/4 thìa cà phê (khoảng 1,6 gam) men tức thì
- 7 gram muối
- 125 gram nước
- Thêm bột lúa mạch đen để rắc bụi

HƯỚNG DẪN:

a) Trong một bát nhỏ, trộn 40 gam bánh mì khô cũ, 40 gam bột mì, 0,6 gam (1/4 thìa cà phê) men ăn liền và 80 gam nước.

b) Đậy bát bằng màng bọc thực phẩm và để trong tủ lạnh trong 3 ngày.

c) Một ngày trước khi nướng, trộn đều 40 gam bột lúa mạch đen, 40 gam nước và 4 gam bột chua ban đầu.

d) Đậy nắp và để ở nhiệt độ phòng trong 16-20 giờ.

e) Trong một tô lớn, trộn 210 gam bột mì, 60 gam bột lúa mạch đen, khoảng 1,6 gam (3/4 thìa cà phê) men tức thì và 7 gam muối.

f) Trộn kỹ các thành phần khô này.

g) Đổ bột trước, bột chua và 125 gam nước vào bột mì khô.

h) Nhẹ nhàng kết hợp mọi thứ bằng tay, sau đó nhào trên bề mặt đã rắc bột mì cho đến khi bột trở nên mịn, mất khoảng 10 phút.

i) Chuyển khối bột đã nhào vào tô và đậy lại.

j) Để bột nở tổng cộng 90 phút, nhưng hãy nhớ gấp, ấn xuống và gấp lại bột sau 30 phút đầu tiên và sau đó thêm một lần nữa sau 30 phút nữa.

k) Sau 90 phút, chia bột thành 5 phần bằng nhau, mỗi phần nặng khoảng 130 gam.

l) Nhẹ nhàng làm phẳng từng miếng mà không thoát ra quá nhiều không khí và cuộn chúng thành hình trụ.

m) Đặt các phần bột lên một miếng vải bột, phủ khăn trà lên và để bột nghỉ trong 10 phút.

n) Sau 10 phút nghỉ, dùng tay nặn từng miếng bột thành một chiếc bánh mì baguette mini, dài khoảng 9-10 cm. Bạn có thể để các đầu tròn hoặc làm cho chúng nhọn.

o) Rắc từng chiếc bánh mì baguette đã tạo thành một cách rộng rãi bằng bột lúa mạch đen.

p) Đặt chúng ở mặt có nếp gấp LÊN trên một miếng vải bột, phủ một chiếc khăn trà và để chúng nổi lên trong 30 phút cuối cùng.

q) Trong khi đó, làm nóng lò nướng của bạn ở nhiệt độ 250°C/480°F. Đặt chảo hấp lên giá dưới cùng để tạo hơi nước sau này. Chuẩn bị sẵn một ít nước sôi để đun sôi.

r) Sau 30 phút, nhẹ nhàng cuộn bánh mì lại để phần nếp gấp bây giờ XUỐNG.

s) Đặt chúng lên khay nướng và dùng ba đường rạch gần như thẳng đứng xuống từng chiếc bánh mì baguette.

t) Đặt bánh mì vào lò nướng và đổ một ít nước sôi vào chảo hấp để tạo hơi nước.

u) Nướng tổng cộng 20 phút, nhưng sau 10 phút đầu tiên, hãy lấy chảo hấp ra và giảm nhiệt độ xuống 230°C/450°F.

v) Sau khi nướng bánh mì baguette xong, hãy để chúng nguội trên giá.

w) Thưởng thức bánh mì baguette nhỏ mộc mạc tự làm của bạn!

THÀNH PHẦN:

- Bơ, để làm chảo bánh
- 1¼ cốc (175g) bột mì đa dụng
- ¾ cốc (130g) bột ngô
- 1 thìa canh cộng với 2 thìa cà phê (25g) bột nở
- 1 muỗng cà phê muối biển mịn (7g) hơi nặng
- 1 quả trứng lớn, đánh bông
- 1 cốc (250g) bơ sữa
- ¼ cốc (85g) mật ong hoặc (50g) đường cát
- 2 muỗng canh bơ không muối, tan chảy
- ½ chén hạt ngô tươi (tùy chọn)
- quả ớt Fresno hoặc jalapeño , bỏ hạt và thái nhỏ
- 2 muỗng canh mùi tây tươi thái nhỏ
- 8 ounce phô mai cheddar trắng, mới xay

HƯỚNG DẪN:

a)   Làm nóng lò ở nhiệt độ 375°F. Bôi bơ vào chảo bánh 9 inch hoặc chảo gang.

b)   Trong một tô lớn, trộn bột mì, bột ngô, bột nở và muối. Đánh thật kỹ cho đến khi nó được kết hợp tốt. Thêm trứng, bơ sữa, mật ong, bơ tan chảy, ngô (nếu dùng), ớt , rau mùi tây và một nửa phô mai cheddar. Gấp các thành phần lại với nhau cho đến khi bạn có một hỗn hợp bột thống nhất, trộn đều. Nó sẽ hơi cứng, nhưng không sao.

c)   Đổ hỗn hợp vào khuôn bánh và dùng thìa hoặc thìa silicone dàn đều một chút. Phủ phô mai cheddar bào còn lại lên trên.

d)   Nướng bánh ngô cho đến khi que thử bánh hoặc tăm cắm vào giữa bánh sạch và mặt trên có màu nâu vàng, khoảng 25 đến 30 phút. Nếu phần bên trong đã chín nhưng bạn muốn phần trên chín vàng hơn, bạn có thể nhanh chóng hoàn thành trong lò nướng thịt.

e)   Lấy bánh ngô ra khỏi lò và để yên ít nhất 15 phút trước khi cắt và dùng.

THÀNH PHẦN:

- ½ chén dầu thực vật, cộng thêm dầu để bôi trơn
- 3 chén bột mì đa dụng
- 1 chén bột ngô vàng
- 1 cốc đường cát
- ½ chén đường nâu
- 1 muỗng canh bột nở
- 1 thìa cà phê muối kosher
- 4 quả trứng vừa
- 2½ cốc sữa nguyên chất
- 1 cốc (2 que) bơ mặn, làm mềm

HƯỚNG DẪN

a)   Làm nóng lò ở nhiệt độ 350 độ F. Thoa nhẹ dầu vào đĩa nướng 9 x 13 inch hoặc chảo gang 12 inch.

b)   Trong một tô trộn lớn, trộn bột mì, bột ngô, đường, bột nở và muối. Sau khi các nguyên liệu khô đã hòa quyện hoàn hảo, hãy thêm trứng, sữa, bơ và dầu thực vật vào. Trộn tất cả mọi thứ cho đến khi nó kết hợp.

c)   Đổ bột bánh ngô vào đĩa nướng hoặc chảo và nướng trong 35 đến 40 phút. Ăn kèm đậu đỏ và cơm.

THÀNH PHẦN:

- 1 chén bột ngô vàng
- 1 chén bột tự nổi
- 2 muỗng canh đường cát
- 1 thìa cà phê bột tỏi
- ½ thìa cà phê muối kosher
- ½ thìa cà phê ớt cayenne
- 1 củ hành vàng nhỏ, thái hạt lựu
- 3 đến 4 củ hành xanh, thái hạt lựu
- 1 cốc bơ sữa
- 1 quả trứng
- 2 chén dầu thực vật, để chiên ngập dầu

HƯỚNG DẪN

a) Trong một tô lớn, trộn bột ngô, bột mì, đường, bột tỏi, muối và ớt cayenne. Đánh đều cho đến khi mọi thứ không bị vón cục, sau đó thêm hành tây, bơ sữa và trứng vào. Trộn các thành phần cho đến khi kết hợp tốt, nhưng không trộn quá kỹ.

b) Trong một nồi lớn trên lửa vừa, thêm dầu vào. Khi dầu đã nóng, bắt đầu múc khoảng 2 thìa bột vào, mỗi lần cho 4 đến 5 chú chó con im lặng. Chiên những chú chó con im lặng cho đến khi chúng có màu nâu vàng đẹp mắt, từ 3 đến 4 phút. Lấy chúng ra khỏi dầu và đặt chúng lên đĩa có lót khăn giấy trước khi dùng.

THÀNH PHẦN:

- 2 cốc (500 ml) sữa, nhiệt độ phòng
- 1¾ oz. (50 g) bột chua lúa mì
- 9½ cốc (1¼ kg) bột mì
- 1 cốc (200 g) bơ
- ½ cốc (75 g) men tươi
- ½ cốc (165 g) xi-rô trắng
- ½ oz. (15 g) bạch đậu khấu xay
- 1 thìa cà phê (5 g) muối 1 quả trứng để đánh đường ngọc trai trang trí

HƯỚNG DẪN:

a)   Trộn 1⅓ cốc (400 ml) sữa với bột chua và một nửa số bột mì. Để tăng trong khoảng 1 giờ.

b)   Đun chảy bơ và để nguội.

c)   Hòa tan men trong sữa còn lại. Khi hoàn tất, thêm tất cả nguyên liệu vào khối bột đầu tiên và trộn kỹ. Nhào cho đến khi mịn.

d)   Nặn bột thành 35 chiếc bánh và đặt chúng lên khay nướng đã phết dầu mỡ. Để chúng nổi lên dưới một miếng vải cho đến khi chúng to gấp đôi.

e)   Quét một lớp trứng đã đánh lên bánh và rắc một ít đường trân châu. Nướng ở 400°F (210°C) trong khoảng 10 phút.

THÀNH PHẦN:

- 3 chén bột ngô vàng xay bằng đá
- 3 chén bột mì chưa tẩy trắng
- 2½ thìa bột nở
- 2 thìa đường
- 1½ muỗng cà phê muối
- 5 quả trứng
- ¾ chén dầu cây rum hoặc dầu ngô
- 3½ cốc sữa bơ
- 2 chén phô mai Cheddar sắc, cắt nhỏ

HƯỚNG DẪN:

a)   Trong một tô trộn, trộn bột ngô, bột mì, bột nở, đường và muối; trộn đều. Đánh riêng trứng với dầu và bơ sữa.

b)   Thêm phô mai vào hỗn hợp bột ngô, chỉ khuấy vừa đủ để trộn đều tất cả nguyên liệu. Múc từng thìa vào hai chảo nướng mỡ 8 x 12".

c)   Nướng trong lò nướng nóng sẵn ở nhiệt độ 425 độ trong 20 đến 25 phút hoặc cho đến khi bánh ngô có màu nâu xung quanh mép và khi chạm vào chắc chắn. Cắt thành miếng vuông và dùng nóng.

THÀNH PHẦN:

- 2 cốc bột ngô
- ½ chén bột mì nguyên chất
- ⅓ chén bột yến mạch
- ⅓ chén bột kê
- 4 thìa cà phê bột nở
- 2 cốc sữa gạo
- 4 muỗng canh nước táo đông lạnh
- Cô đặc, rã đông
- 3 thìa cà phê Trứng thay thế, đánh đều với 4 thìa canh nước

HƯỚNG DẪN:

a) Làm nóng lò ở nhiệt độ 375 độ. Trộn bột ngô, bột mì và bột nở với nhau rồi để sang một bên. Trộn các thành phần còn lại với nhau và đổ lên các thành phần khô. Gấp lại với nhau một thời gian ngắn. Đổ vào chảo vuông 8 inch không dính.

b) Nướng trong 30 phút hoặc cho đến khi cắm một cây tăm vào giữa và thấy tăm sạch sẽ.

Khi chúng tôi tạm biệt hành trình ẩm thực trong "Bát sách dạy nấu ăn với súp, nước dùng và bánh mì", trái tim chúng tôi tràn ngập lòng biết ơn vì đặc ân được trở thành một phần trong căn bếp của bạn. Chúng tôi hy vọng 100 công thức nấu ăn thịnh soạn này không chỉ tô điểm cho bàn ăn của bạn mà còn len lỏi vào không gian ngôi nhà của bạn, tạo nên những kỷ niệm phong phú và thỏa mãn như chính những món ăn đó.

Cuốn sách nấu ăn này không chỉ là một hướng dẫn; nó là người bạn đồng hành trên hành trình xây dựng một căn bếp mang hơi thở ấm áp và nuôi dưỡng. Khi bạn thưởng thức những thìa và miếng cuối cùng trong chiếc bát yêu thích của mình, mong rằng hương vị còn sót lại sẽ nhắc nhở bạn về niềm vui bắt nguồn từ việc tận hưởng những thú vui đơn giản là món ăn thoải mái tự làm.

Cảm ơn bạn đã đón nhận thế giới ấm áp của những bát ăn cùng chúng tôi. Cho đến khi con đường ẩm thực của chúng ta hội tụ trở lại, cầu mong ngôi nhà của bạn sẽ tràn ngập hương thơm thú vị của nồi ninh, sự ấm cúng của những bữa ăn chung và sự ấm áp lâu dài đến từ việc chế biến và thưởng thức những món ăn bổ dưỡng. Chúc bạn nấu ăn vui vẻ và cầu mong những chiếc bát của bạn luôn tràn ngập tình yêu và hương vị!